AF664519

ഗ്രീൻ ബുക്സ്

ജി എസ് ടി

അറിയേണ്ട കാര്യങ്ങൾ

ജെ. സോമശേഖരൻ പിള്ള

1959 ജൂലായിൽ കൊല്ലം ജില്ലയിലെ കടയ്ക്കൽ മുല്ലക്കരയിൽ ജനനം.

നിലമേൽ എൻ.എസ്.എസ്. കോളേജിൽനിന്നും ഗണിതശാസ്ത്രത്തിൽ ബിരുദം. കേരള സർക്കാരിൽ ഇക്കണോമിക്സ് & സ്റ്റാറ്റിസ്റ്റിക് വകുപ്പിൽ ഇൻവെസ്റ്റിഗേറ്ററായും കേന്ദ്രസർക്കാരിൽ ആദായനികുതി വകുപ്പിൽ യു.ഡി. ക്ലർക്കായും തുടർന്ന് സെൻട്രൽ എക്സൈസ് & കസ്റ്റംസ് വകുപ്പിൽ ഇൻസ്പെക്ടറായും സേവനമനുഷ്ഠിച്ചിട്ടുണ്ട്. ഇതേ വകുപ്പിൽ 2011 ജൂൺ മുതൽ സൂപ്രണ്ടായി ജോലി ചെയ്യുന്നു. ജി.എസ്.ടി. നടപ്പിലായതിനെത്തുടർന്ന് സെൻട്രൽ ജി.എസ്.ടിയുടെ ആറ്റിങ്ങൽ റേഞ്ചിൽ സൂപ്രണ്ടാണ് ഇപ്പോൾ.

പൊതുവിജ്ഞാനം

ജി എസ് ടി
അറിയേണ്ട കാര്യങ്ങൾ

ജെ. സോമശേഖരൻ പിള്ള

ഗ്രീൻ ബുക്സ്

green books private limited
gb building, civil lane road, ayyanthole,
thrissur- 680 003, kerala, ph: +91 487-2381066, 2381039
website: www.greenbooksindia.com
e-mail: info@greenbooksindia.com

malayalam
gst
ariyenda karyangal
general knowledge
j. somasekharan pillai

published november 2018

cover design : g. biju

branches:
thrissur 0487-2422515
thiruvananthapuram 0471-2335301
calicut 0495 4854662

isbn : 978-93-87357-63-1

₹ 120.00
GBPL/1044/2018

സമർപ്പണം

ജന്മം നൽകി
സ്നേഹലാളനകളാവോളം നൽകി
മൺമറഞ്ഞ മാതാപിതാക്കൾക്കും
അറിവിന്റെ അക്ഷയഖനിയിലേക്ക്
കൈപിടിച്ച് നടത്തിയ
ആദരണീയരായ ഗുരുനാഥന്മാർക്കും

ഉള്ളടക്കം

രാജ്യം ചരക്ക് സേവനനികുതി സമ്പ്രദായത്തിലേക്ക്

ഭാരതത്തിന്റെ സാമ്പത്തിക രംഗത്ത് പരിവർത്തനത്തിന്റെ ശംഖനാദം മുഴക്കിക്കൊണ്ട് 2017 ജൂൺമാസം 30-ാം തീയതി അർദ്ധരാത്രി പന്ത്രണ്ടു മണിക്ക് ഇന്ത്യൻ പാർലമെന്റിന്റെ ഹൃദയവേദിയായ സെൻട്രൽ ഹാളിൽ ആദരണീയനായ രാഷ്ട്രപതി ശ്രീ. പ്രണബ് കുമാർ മുഖർജി ഔദ്യോഗികപ്രഖ്യാപനം നടത്തി നടപ്പിലാക്കിയതാണ് ചരക്ക് സേവന നികുതി നിയമം. അതുവരെ നിലനിന്നിരുന്ന വ്യത്യസ്തങ്ങളായ പരോക്ഷ നികുതികളിലേറിയ പങ്കും ഏകീകരിച്ചുകൊണ്ട് തികച്ചും ലളിതമായ നികുതിപിരിവ് സമ്പ്രദായമായി അത് ജനങ്ങളിൽ എത്തിക്കുകയാണ് ചെയ്തത്. വ്യത്യസ്തങ്ങളായ പലതരം നികുതികൾ കേന്ദ്രസർക്കാരും സംസ്ഥാനസർക്കാരുകളും ചുമത്തിയിരുന്നതിനാൽ വ്യാപാരവാണിജ്യരംഗത്ത് നികുതി സമ്പ്രദായം സങ്കീർണസ്ഥിതി സൃഷ്ടിച്ചിരുന്നു. ഈ സാഹചര്യത്തിലാണ് ലോകമെമ്പാടും നടപ്പിൽ വരുത്തിയ ചരക്ക് സേവന നികുതി സമ്പ്രദായം ഭാരതത്തിലും പരോക്ഷനികുതി ചുമത്തൽ അവതരിപ്പിച്ചത്.

ആരംഭത്തിൽ അനുഭവപ്പെട്ട ചില പ്രയാസങ്ങളിൽ ഏറെയും സാങ്കേതിക രംഗത്തായിരുന്നതിനാൽ അവ പരിഹരിക്കാനെടുത്ത കാലതാമസം വലിയൊരളവിൽ നികുതിദായകർക്ക് പ്രയാസങ്ങൾ സൃഷ്ടിച്ചു എന്നത് യാഥാർത്ഥ്യമാണ്. എന്നാൽ ചുമതലപ്പെട്ടവരുടെ ഭാഗത്തുനിന്നും യഥാസമയമുണ്ടായ ഇടപെടലുകൾ ഒരു പരിധി വരെ പ്രശ്നങ്ങൾ പരിഹരിക്കുന്നതിന് സഹായകമായി. എന്നാലും പ്രശ്നങ്ങൾ തുടർന്നു. ജനങ്ങളുടെ ആശങ്ക പൂർണമായും അകറ്റാൻ കഴിഞ്ഞില്ല എന്നത് യാഥാർത്ഥ്യമാണ്.

നിലവിലുണ്ടായിരുന്ന പരോക്ഷനികുതി സമ്പ്രദായം

നമ്മുടെ ഭരണഘടനയിലെ ഏഴാം ഷെഡ്യൂളിലെ ലിസ്റ്റ് ഒന്ന് പ്രകാരം കേന്ദ്രസർക്കാരിനും ലിസ്റ്റ് രണ്ടു പ്രകാരം സംസ്ഥാന

സർക്കാരിനും നൽകിയിരുന്ന അധികാരമനുസരിച്ച് കേന്ദ്രനികുതികളായ സെൻട്രൽ എക്സൈസ് ഡ്യൂട്ടിയും സേവന നികുതിയും മറ്റു പല നികുതികളും സംസ്ഥാന നികുതികളായ വില്പന നികുതിയും വാറ്റും ഉല്പന്നങ്ങളുടെ നിർമ്മാണത്തിലും വ്യാപാരത്തിലും സേവനങ്ങളുടെ ലഭ്യതയിലും ചുമത്തിയിരുന്നു. ഇങ്ങനെ ചുമത്തപ്പെട്ട പലതരം നികുതികൾ ഈ രംഗത്ത് നടപ്പിലാക്കിയിരുന്നു. കേന്ദ്രസർക്കാർ നികുതികളായ

1. കേന്ദ്ര എക്സൈസ് ഡ്യൂട്ടി
2. കേന്ദ്ര എക്സൈസ് ഡ്യൂട്ടി (മെഡിസിനൽ ആന്റ് ടോയ്‌ലറ്റ് പ്രിപ്പറേഷൻസ്)
3. അഡീഷണൽ എക്സൈസ് ഡ്യൂട്ടി (പ്രത്യേക പ്രാധാന്യമുള്ള ഉൽപ്പന്നങ്ങളിന്മേൽ)
4. അഡീഷണൽ എക്സൈസ് ഡ്യൂട്ടി (തുണിത്തരങ്ങൾക്ക്)
5. കൗണ്ടർ വെയ്‌ലിംഗ് ഡ്യൂട്ടി (ഇറക്കുമതി ചെയ്യപ്പെട്ട വസ്തുക്കളിൽ)
6. സ്പെഷ്യൽ അഡീഷണൽ ഡ്യൂട്ടി (ഇറക്കുമതി ചെയ്യപ്പെട്ട വസ്തുക്കളിൽ)
7. സേവന നികുതി
8. കേന്ദ്ര സർചാർജുകളും സെസുകളും

കൂടാതെ സംസ്ഥാനസർക്കാർ നികുതികളായ

1. സംസ്ഥാന മൂല്യവർദ്ധനനികുതി
2. കേന്ദ്ര വില്പന നികുതി
3. ആഡംബര നികുതി
4. പ്രവേശന നികുതി
5. വിനോദ നികുതി (തദ്ദേശ സ്വയംഭരണസ്ഥാപനങ്ങൾ ചുമത്തുന്നവ ഒഴിച്ച്)
6. പരസ്യ നികുതി
7. വാങ്ങൽ നികുതി
8. ഭാഗ്യക്കുറി മുതലായ ചൂതാട്ടങ്ങളുടെ മേൽ ചുമത്തുന്ന നികുതി.
9. സംസ്ഥാന സർചാർജുകളും സെസുകളും

നിലവിലുണ്ടായിരുന്നു.

ഇത്തരം വ്യത്യസ്തങ്ങളായ നികുതികൾ നികുതി ഘടനയിലെ സങ്കീർണത വർദ്ധിപ്പിക്കുകയാണുണ്ടായത്. അതിനാൽ വ്യാപാര

വാണിജ്യരംഗം കൂടുതൽ കാര്യക്ഷമമാക്കാനുതകുന്ന ലളിതമായ നികുതിസമ്പ്രദായത്തിന്റെ ആവശ്യകത അനിവാര്യമായി. ശ്രീ അടൽ ബിഹാരി വാജ്പേയ് പ്രധാനമന്ത്രിയായിരുന്ന അവസരത്തിലാണ് നികുതിരംഗം പരിഷ്കരിക്കാനുള്ള ആലോചനയ്ക്ക് തുടക്കമിട്ടത്. സാമ്പത്തികവിദഗ്ദ്ധരായ ആളുകൾ ഉൾപ്പെട്ട സമിതിയുടെ നിർദ്ദേശപ്രകാരം ലോകമെമ്പാടും നടപ്പിലാക്കിക്കഴിഞ്ഞിരുന്ന ലളിതമായ, നികുതി സമ്പ്രദായമായ ചരക്ക് സേവന നികുതി സമ്പ്രദായം ഭാരതത്തിലും നടപ്പിലാക്കാനുള്ള ശ്രമം തുടങ്ങി. പ്രധാനമന്ത്രിയായ ശ്രീ. മൻമോഹൻ സിംഗിന്റെ നേതൃത്വത്തിലുള്ള സർക്കാർ ഇതു സംബന്ധമായി കൂടുതൽ ചർച്ചകൾ നടത്തി. രാജ്യത്ത് നിലനിൽക്കുന്ന ഫെഡറൽ സംവിധാനത്തിന് കോട്ടം തട്ടാതെ ഈ സമ്പ്രദായം നടപ്പിൽ വരുത്താനുള്ള കൂടിയാലോചനകൾ വിവിധ തലങ്ങളിൽ തുടർന്നു. പൊതുധാരണയുടെ അടിസ്ഥാനത്തിൽ ഭരണഘടനയിൽ അതിനനുസരിച്ചുള്ള ഭേദഗതികൾ വരുത്തുവാനുള്ള നടപടികൾ സ്വീകരിച്ചു. എങ്കിലും പല തവണ നടന്ന ചർച്ചകൾക്ക് ഉദ്ദേശിച്ച വേഗത ഉണ്ടായില്ല. തുടർന്ന് 2014ൽ അധികാരത്തിലെത്തിയ ശ്രീ. നരേന്ദ്ര മോദി നേതൃത്വം നൽകുന്ന സർക്കാർ എത്രയും വേഗം ഈ സമ്പ്രദായം നടപ്പിലാക്കാനുള്ള ഊർജ്ജിതശ്രമം തുടരുകയും കൂടുതൽ ഫലപ്രദമായ രീതിയിൽ സംസ്ഥാനങ്ങളുടെ പൊതുതാത്പര്യം മാനിച്ചുകൊണ്ട് നടപടിക്രമങ്ങൾ വേഗത്തിലാക്കി. അതിനനുസരിച്ചുള്ള തീരുമാനങ്ങളിലെത്തിച്ചേർന്നു. അങ്ങനെയാണ് 2017 ജൂലായ് ഒന്നു മുതൽ നിലവിൽ വന്ന ഈ നികുതി സമ്പ്രദായം നടപ്പിലായത്.

പുതിയ നികുതിസമ്പ്രദായത്തിന്റെ സവിശേഷതകൾ

വ്യാപാരവാണിജ്യരംഗത്ത് നിലനിന്നിരുന്ന പല നികുതികൾക്കു പകരമായി ഒരു രാജ്യത്ത് ഒരു നികുതി എന്ന സമ്പ്രദായമാണ് പുതിയതായി നിലവിൽ വന്ന ചരക്ക് സേവനനികുതി സമ്പ്രദായത്തിലൂടെ ലക്ഷ്യമിട്ടിരിക്കുന്നത്. ഉല്പാദനരംഗത്ത് ചുമത്തപ്പെട്ടിരുന്ന കേന്ദ്രനികുതിയായ സെൻട്രൽ എക്സൈസ് നികുതിയും സേവനരംഗത്ത് നടപ്പിലിരുന്ന സേവന നികുതിയും കൂടാതെ അവയ്ക്കുമേൽ വീണ്ടും ചുമത്തപ്പെട്ടിരുന്ന സംസ്ഥാന നികുതികളും ചേർന്ന് നികുതിക്കുമേൽ നികുതി ചുമത്തിയിരുന്ന സമ്പ്രദായമാണ് പിന്തുടർന്ന് പോന്നിരുന്നത്. എന്നാൽ കേന്ദ്ര നികുതികളും

സംസ്ഥാന നികുതികളും ഏകീകരിച്ച് ഒറ്റ നികുതിയാക്കിയപ്പോൾ നികുതിക്ക് മേൽ നികുതി കൊടുക്കേണ്ടിവന്നിരുന്ന സമ്പ്രദായം ഒഴിവായി. പകരം എല്ലാത്തരം നികുതികളേയും ഏകോപിപ്പിച്ചു കൊണ്ടുള്ള ഒറ്റ നികുതി കേന്ദ്രവും സംസ്ഥാനവും അതാതിടങ്ങളിൽ തുല്യമായി പങ്കിടുന്ന രീതി ആവിഷ്കരിച്ചു.

കേന്ദ്ര നികുതികളായി ഉണ്ടായിരുന്ന എട്ട് തരം നികുതികളും സംസ്ഥാന നികുതികളായി ഉണ്ടായിരുന്ന ഒമ്പത് തരം നികുതി കളും ലയിച്ച് ഒറ്റ നികുതിയായി മാറി. നികുതി ചുമത്തുന്നത് വിത രണം ചെയ്യുന്ന ഇടമായി മാറിയപ്പോൾ ചരക്കുകളായാലും സേവന ങ്ങളായാലും അവ നൽകപ്പെടുന്ന ഇടങ്ങളിൽ മാത്രം നികുതി ചുമ ത്തുന്ന സമ്പ്രദായം നിലവിൽ വന്നു. വ്യത്യസ്തതലങ്ങളിൽ ചുമത്തിയിരുന്ന നികുതികളെ ഏകീകരിച്ച് ഒറ്റ നികുതിയാക്കിയ പ്പോൾ നികുതിദായകർക്ക് വലിയ ആശ്വാസം നൽകുന്ന ഒരു പദ്ധതിയായി അത് മാറി.

ഈ നികുതിസമ്പ്രദായത്തിലൂടെ ഒരു സപ്ലെയർക്ക്, അയാൾക്ക് ലഭിച്ച ചരക്കുകളിലും സേവനങ്ങളിലും നൽകേണ്ടതായി വന്ന നികുതി തുക ഇൻപുട്ട് ടാക്സ് ക്രെഡിറ്റായി എടുക്കാവുന്നതാണ്. അയാൾക്ക് ബാധ്യതയായി വരുന്ന നികുതിതുകയിൽ നിന്നും ഈ തുക കഴിച്ച് ബാക്കി വരുന്ന തുക മാത്രമേ പണമായി നൽകേണ്ട തുള്ളൂ. അതുകൊണ്ട് ക്രെഡിറ്റായി എടുക്കുന്ന തുകയുടെ ഗുണം ഉപഭോക്താവിന് നൽകണമെന്ന് കർശനമായി നിർദ്ദേശി ക്കപ്പെട്ടിരിക്കുന്നു. അത് നൽകാത്തപക്ഷം അയാൾക്കെതിരെ അമിതലാഭമെടുക്കുന്നത് തടയാനുള്ള, നിയമപ്രകാരം രൂപീകരി ച്ചിട്ടുള്ള Antiprofiteering Authority എന്ന സ്ഥാപനം നിയമനടപടി യെടുക്കുന്നതും ശിക്ഷിക്കുന്നതുമാണ്. ഇക്കാരണത്താൽ അമിതലാഭം എടുക്കാനുള്ള സപ്ലയർമാരുടെ ശ്രമത്തെ നിയമം മൂലം നിരോധിച്ചു. ചരക്കുകളിലും സേവനങ്ങളിലും ഏർപ്പെടു ത്തുന്ന അമിതലാഭത്തിൽ നിന്നും ഉപഭോക്താക്കൾക്കും ആശ്വാസം ലഭിച്ചു.

ഭരണഘടനാഭേദഗതി

കേന്ദ്രസർക്കാരും സംസ്ഥാനസർക്കാരുകളും പ്രത്യേകം പ്രത്യേകമായി പിരിച്ചിരുന്ന നികുതികൾ ഏകോപിപ്പിക്കുകയും ഏകീകരിക്കുകയും ചെയ്യുമ്പോൾ ഫെഡറൽ സംവിധാനത്തിന്

കോട്ടം തട്ടാതിരിക്കാൻ കരുതൽ നടപടിയായും നിയമപരമായും ഭരണഘടനയിൽ ആവശ്യമായ ഭേദഗതി വരുത്തേണ്ടി വന്നു. അതുകൊണ്ടാണ് 2011ൽ 115-ാം ഭരണഘടനാഭേദഗതി ബിൽ പാർലമെന്റിൽ അവതരിപ്പിച്ചത്. എന്നാൽ സമവായമുണ്ടാകാതിരുന്നതുമൂലം അന്ന് ഈ ഭേദഗതി അംഗീകരിപ്പിക്കാനായില്ല. 2014 ഡിസംബർ 19-ാം തിയതി കേന്ദ്രധനകാര്യമന്ത്രി ശ്രീ. അരുൺ ജയ്റ്റ്ലി ലോക്സഭയിൽ അവതരിപ്പിച്ച ബില്ല് വിപുലമായ ചർച്ചകൾക്ക് ശേഷം 2016 ആഗസ്റ്റിൽ രാജ്യസഭയും പാസ്സാക്കിയതോടെ ഭരണഘടനയുടെ 101-ാം ഭേദഗതിക്കായി അവതരിപ്പിച്ച 122-ാമത് ഭരണഘടനാഭേദഗതി ബില്ലിന് 2016 സെപ്തബർ 8ന് രാഷ്ട്രപതിയുടെ അംഗികാരം ലഭിച്ചു. മൂന്ന് വകുപ്പുകൾ പുതുതായി കൂട്ടിച്ചേർക്കുകയും പഴയ 11 വകുപ്പുകളിൽ മാറ്റം വരുത്തുകയും ചെയ്തു. കൂട്ടിച്ചേർത്ത വകുപ്പുകൾ 246A, 269A, 279A എന്നിവയാണ്. ഭേദഗതി വരുത്തിയ 11 വകുപ്പുകൾ 248, 249, 250, 268, 269, 270, 271, 286, 366, 368 എന്നിവയും ഒഴിവാക്കപ്പെട്ട 268Aയുമാണ് കൂടാതെ 6ഉം 7ഉം ഷെഡ്യൂളുകളും ഭേദഗതി ചെയ്യുകയുണ്ടായി.

ജി.എസ്.ടി. കൗൺസിൽ

മുൻരീതിയിൽ നിന്നും വ്യത്യസ്തമായി നികുതി സംബന്ധമായ തീരുമാനങ്ങൾ എടുക്കുവാൻ കേന്ദ്രസർക്കാരിനും സംസ്ഥാന സർക്കാരുകൾക്കും സംയുക്തമായി പ്രാതിനിധ്യമുള്ള ഒരു സമിതിയെയാണ് ചുമതലപ്പെടുത്തിയിട്ടുള്ളത്. അതിനായി ഭരണഘടന ഭേദഗതി ചെയ്ത് രൂപീകരിച്ച സമിതിയാണ് GST കൗൺസിൽ. കേന്ദ്രധനകാര്യമന്ത്രി അദ്ധ്യക്ഷനായും സംസ്ഥാനങ്ങളിലെ ധനമന്ത്രിമാരെല്ലാം അംഗങ്ങളായും ഉള്ള ഈ സമിതി ചർച്ച ചെയ്തെടുക്കുന്ന തീരുമാനങ്ങൾ മാത്രമേ ഈ രംഗത്ത് നടപ്പിലാക്കാൻ കഴിയുകയുള്ളൂ. കൗൺസിലിൽ എടുക്കുന്ന തീരുമാനത്തിന് പ്രാബല്യം നൽകാനുള്ള വോട്ടിംഗിൽ കേന്ദ്രത്തിന് മാത്രമായി ഒരു വോട്ടും സംസ്ഥാനങ്ങൾക്കെല്ലാം കൂടി രണ്ട് വോട്ടും എന്നാണ് മൂല്യം നൽകിയിരിക്കുന്നത്. ഇത് രാജ്യത്തിന്റെ ഫെഡറൽ സംവിധാനത്തിന് അനുയോജ്യമായ രീതിയിൽ പ്രവർത്തിക്കത്തക്കവിധമാണ് വിഭാവനം ചെയ്തിട്ടുള്ളത്. ഏതൊരു തീരുമാനവും അംഗീകരിക്കണമെങ്കിൽ നാലിൽ മൂന്ന് ഭാഗത്തിന്റെ (75%) പിന്തുണ ആവശ്യമുണ്ട്.

ഗുഡ്സ് ആന്റ് സർവീസ് ടാക്സ് നെറ്റ്‌വർക്ക് (GSTN)

സാങ്കേതികവിദ്യയുടെ പ്രയോജനം പരമാവധി പ്രയോജനപ്പെടുത്തിയാണ് പുതിയ നികുതി സമ്പ്രദായം നടപ്പിലാക്കിയിരിക്കുന്നത്. അതിനാൽ ഉദ്യോഗസ്ഥതലത്തിലുള്ള ഇടപെടലുകൾ പരമാവധി കുറച്ചിട്ടുള്ള സംവിധാനം ആവിഷ്കരിച്ചാണ് ഈ പദ്ധതി പ്രവർത്തിപ്പിക്കുന്നത്. ഇതിനായി രൂപകല്പന ചെയ്ത കമ്പ്യൂട്ടർ ശൃംഖലയാണ് GSTN എന്നറിയപ്പെടുന്ന Goods and Service Tax Network. വിപുലമായ സംവിധാനത്തിൽ അതിശക്തമായ ഒരു കമ്പ്യൂട്ടർ ശൃംഖലയാണ് GSTN. നിരന്തരമായ നിരീക്ഷണങ്ങളിലൂടെ അപ്പപ്പോഴനുഭവപ്പെടുന്ന സാങ്കേതികപ്രശ്നങ്ങളെ പരിഹരിച്ചുകൊണ്ട് മുന്നോട്ടു പോകാൻ തക്കവിധം സംവിധാനം ചെയ്താണ് ഇത് നടപ്പിലാക്കിയിരിക്കുന്നത്.

നിലവിലുള്ള നികുതി നിയമങ്ങളിൽ നിന്നും വ്യത്യസ്തമായി ഓരോ നികുതിദായകന്റെയും ഇൻവോയ്സ് തലത്തിലുള്ള വിവരങ്ങൾ സ്വീകരിക്കുന്നതിനുള്ള സംവിധാനം ഇതിൽ ഉൾപ്പെടുത്തിയിട്ടുണ്ട്. അതിനാൽ ഇൻപുട്ട് ടാക്സിന്റെ ക്രെഡിറ്റുകൾ സംബന്ധമായി ശരിയായവിധം ഒത്തുനോക്കാനുള്ള സൗകര്യം ഇതിലുൾപ്പെടുത്തിയിരിക്കുന്നു. കേന്ദ്രത്തിനും സംസ്ഥാനങ്ങൾക്കും അർഹമായവിധം നിശ്ചയിക്കപ്പെട്ടിട്ടുള്ള നികുതിയുടെ വിഹിതം ശരിയായ വിധം അതാതിടത്ത് ലഭ്യമാക്കാനുള്ള സംവിധാനവും ഇതിൽ ഏർപ്പെടുത്തിയിട്ടുണ്ട്.

ഓരോ വ്യക്തിയും സ്ഥാപനവും രജിസ്ട്രേഷനുവേണ്ടി അപേക്ഷ സമർപ്പിക്കുന്നതുമുതൽ തുടർന്നുള്ള ഇൻവോയ്സ് വിവര സമർപ്പണം, റിട്ടേൺ സമർപ്പണം, ഇൻപുട്ട് ക്രെഡിറ്റ് എടുക്കൽ, നികുതി അടയ്ക്കൽ, മൂല്യനിർണയം, പരിശോധന, ഓഡിറ്റ് കൂടാതെ ഇ-വേ ബിൽ ഉൽപാദനം എന്നിങ്ങനെ എല്ലാ കാര്യങ്ങളിലും ജി.എസ്.ടി.എൻ. പൂർണമായി പ്രയോജനപ്പെടുന്നു. ഓരോ നികുതിദായകനും അർഹമായ ക്രെഡിറ്റ് ഇലക്ട്രോണിക് ക്രെഡിറ്റ് ലഡ്ജറിലും പണമായി അടച്ച തുക ഇലക്ട്രോണിക് ക്യാഷ് ലഡ്ജറിലും നികുതിയുടെ ബാദ്ധ്യത കണക്കാക്കി ഇലക്ട്രോണിക് ലയബിലിറ്റി ലഡ്ജറിലും സൂക്ഷിക്കാനുള്ള വിധമാണ് GSTN തയ്യാറാക്കിയിട്ടുള്ളത്. അന്തർസംസ്ഥാന സപ്ലൈ നടക്കുമ്പോൾ അടയ്ക്കേണ്ടതായ ഐ.ജി.എസ്.ടിയുടെ പങ്ക് ഓരോ സംസ്ഥാനങ്ങൾക്കും

നൽകാനും GSTNൽ മാർഗ്ഗനിർദ്ദേശം തയ്യാറാക്കിയിട്ടുണ്ട്. മൊത്തത്തിൽ GSTയുടെ കാര്യക്ഷമത സമ്പൂർണമായും GSTNനെ ആശ്രയിച്ചാണ് ഇരിക്കുന്നത്.

GSTN നൽകുന്ന പൊതുവായ സേവനങ്ങളിൽ ഉണ്ടാകാവുന്ന പ്രയാസങ്ങൾ പരിഹരിക്കുന്നതിന് ആവശ്യമായ സഹായം നൽകുന്നതിന് GSTN തന്നെ ചുമതലപ്പെടുത്തിയിട്ടുള്ള GST Suvitha Provider (GSP)മാരുടെ സേവനം നികുതിദായകർക്ക് ലഭ്യമാക്കിയിട്ടുണ്ട്. അത്തരം സേവനം പ്രയോജനപ്പെടുത്തുന്നവർ അതിലേക്ക് നിശ്ചയിച്ചിട്ടുള്ള ചെലവുകൾ വഹിക്കേണ്ടതായി വരും. GSP എല്ലാവിധ സേവനങ്ങളും അവരുടേതായ സംവിധാനം ഉപയോഗിച്ച് തയ്യാറാക്കി GSTNന് ബന്ധപ്പെടുത്തി നൽകുകയാണ് ചെയ്യുന്നത്. GSPയുടെ സേവനം ഈ രംഗത്ത് ക്രിയാത്മകമായ പിന്തുണ നൽകുന്നതിനാൽ നികുതിദായകന് പലപ്പോഴും ഇത് വലിയ അനുഗ്രഹമായി ഭവിക്കുന്നു.

ഇതുകൂടാതെ നികുതിദായകരെ സഹായിക്കാൻ നിശ്ചിത യോഗ്യതയുള്ളവരെ സർക്കാർ GST പ്രാക്ടീഷണർമാരായി നിയമിച്ചിട്ടുണ്ട്. എന്നാൽ അവരുടെ സേവനം പ്രയോജനപ്പെടുത്തുന്ന വ്യക്തികളും സ്ഥാപനങ്ങളും സമർപ്പിക്കപ്പെടുന്ന വസ്തുതകളുടെ ഉത്തരവാദിത്വം സ്വയം ഏറ്റെടുക്കേണ്ടതാണ്.

അപ്പോൾ സപ്ലൈ ചെയ്യുന്നതിന്റെ അർത്ഥവും അവയുടെ വ്യാപ്തിയും മനസ്സിലാക്കേണ്ടിയിരിക്കുന്നു. മാത്രമല്ല സപ്ലൈയുടെ നികുതിബാദ്ധ്യതയെക്കുറിച്ചും അറിവുണ്ടാകേണ്ടതാണ്. അതാണ് ഇനി അറിയേണ്ടത്.

സപ്ലൈ
അർത്ഥവും വ്യാപ്തിയും
നികുതി ബാധ്യതയും

സപ്ലൈ:

ബിസിനസ്സിന്റെ ഭാഗമായോ ബിസിനസ്സിന്റെ അഭിവൃദ്ധിക്കു വേണ്ടിയോ പ്രതിഫലം വാങ്ങി നടത്തുന്ന ചരക്കുകളുടെ വില്പന/സേവനങ്ങൾ നൽകൽ, കൈമാറ്റങ്ങൾ, ബാർട്ടർ, ലൈസൻസ്, എക്സ്ചേഞ്ച്, വാടക, പാട്ടം കൊടുക്കൽ, നീക്കംചെയ്യൽ അല്ലെങ്കിൽ ഇവ ചെയ്യാമെന്നുള്ള സമ്മതം എന്നിവയെല്ലാം സപ്ലൈയുടെ പരിധിയിലാണ് ഉൾപ്പെടുത്തിയിരിക്കുന്നത്. കൂടാതെ പ്രതിഫലമില്ലാതെ ചെയ്യുന്ന മറ്റുചില ഇടപാടുകളും സപ്ലൈ ആയി പരിഗണിക്കുന്നതാണ്. (ബിസിനസ്സിന്റെ നിർവചനം വകുപ്പ് 2(17)ൽ നൽകിയിട്ടുണ്ട്).

നികുതി വിധേയമായ സപ്ലൈ എന്നാൽ ചരക്കുസേവന നികുതി നിയമപ്രകാരം നികുതി ചുമത്തപ്പെടേണ്ട ചരക്കുകളോ സേവനങ്ങളോ ആണ്.

ഒരു സപ്ലൈ നികുതിവിധേയമാകണമെങ്കിൽ താഴെ പറയുന്ന ഘടകങ്ങൾ ആവശ്യമാണ്.

1. ചരക്ക് അല്ലെങ്കിൽ സേവനങ്ങളുടെ സപ്ലൈ ആയിരിക്കണം.
2. സപ്ലൈ പ്രതിഫലത്തിന് ആയിരിക്കണം.
3. ബിസിനസ് അഭിവൃദ്ധിക്കുള്ള പ്രയത്നത്തിനിടയിൽ നൽകുന്ന സപ്ലൈ ആയിരിക്കണം.
4. നികുതി ചുമത്താവുന്ന പ്രദേശത്ത് നൽകുന്ന സപ്ലൈ ആയിരിക്കണം.

5. നികുതി ബാധ്യത ഉള്ള സപ്ലൈ ആയിരിക്കണം.
6. നികുതി വിധേയ വ്യക്തി നൽകുന്ന സപ്ലൈ ആയിരിക്കണം.

ഈ നിയമത്തിൽ 2(52) ചരക്കുകളെ നിർവചിച്ചിട്ടുണ്ട്. പണവും സെക്യൂരിറ്റിയും ഒഴിച്ചുള്ള എല്ലാത്തരം ജംഗമസ്വത്തുക്കളും ആക്ഷണൽ ബിൽ ക്ലെയിമും ചരക്കുകളുടെ കൂട്ടത്തിൽപ്പെടുന്നതാണ്. 2(62)പ്രകാരം സേവനങ്ങളുടെ കൂട്ടത്തിൽപ്പെടുന്നവ ഏതെല്ലാമെന്ന് വ്യക്തമാക്കിയിട്ടുണ്ട്.

ഈ നിയമം ബാധകമാകുന്നത് ചരക്കുകളുടെയും സേവനങ്ങളുടെയും മേൽ ആയതിനാൽ ചരക്കുകളുടേയും സേവനങ്ങളുടെയും നിർവചനത്തിൽപ്പെടാത്തവയുടെ ക്രയവിക്രയങ്ങളിൽ ജി.എസ്.ടി. ബാധകമാകുന്നതല്ല. സ്ഥാവരവസ്തുക്കളായ ഭൂമിയുടേയോ മറ്റു വസ്തുക്കളുടേയോ മേൽ ഇതിനാൽ ജി.എസ്.ടി ചുമത്താൻ കഴിയുന്നതല്ല. മനുഷ്യഉപഭോഗത്തിനുള്ള ആൽക്കഹോളും ജി.എസ്.ടി.യുടെ പരിധിയിൽ വരുന്നതല്ല.

പെട്രോളിയം ഉത്പന്നങ്ങളായ നാചറൽ ഗ്യാസ്, ക്രൂഡ്ഓയിൽ, പെട്രോൾ, ഡീസൽ, വിമാനഇന്ധനമായ ഏവിയേഷൻ ടർബൈൻ ഫ്യൂവൽ എന്നിവയും നിലവിൽ ജി.എസ്.ടിയുടെ പരിധിക്ക് പുറത്താണ്. എന്നാൽ പൊതുവായ സമ്മതപ്രകാരം ജി.എസ്.ടി. കൗൺസിൽ തീരുമാനിച്ചാൽ ഇവയും ജി.എസ്.ടിയുടെ പരിധിയിൽ വരാവുന്നതാണ്.

പ്രതിഫലം വാങ്ങിയുള്ള സപ്ലൈയാണ് ജി.എസ്.ടി. നിയമപ്രകാരം നികുതിവിധേയമാകേണ്ടത്. എന്നാൽ ഈ നിയമത്തിന്റെ ഷെഡ്യൂളുകളിൽ വിവരിച്ചിട്ടുള്ള പ്രതിഫലമില്ലാത്ത സപ്ലൈയും നികുതിവിധേയമായിരിക്കും.

ഷെഡ്യൂൾ II അനുസരിച്ചാണ് സപ്ലൈ ചരക്കുകളുടെയാണോ അതോ സേവനങ്ങളുടെയാണോ എന്ന് വേർതിരിക്കുന്നത്.

ജി.എസ്.ടി. നിയമത്തിന്റ വകുപ്പ് 7(2) പ്രകാരം ഷെഡ്യൂൾ IIIൽ നൽകിയിരിക്കുന്ന പ്രവൃത്തികളെയും സർക്കാർ പ്രത്യേകം പുറപ്പെടുവിക്കുന്ന നോട്ടിഫിക്കേഷൻ പ്രകാരമുള്ള പ്രവർത്തികളെയും നികുതിവിധേയമായി പരിഗണിക്കുന്ന സപ്ലൈ ആയി പരിഗണിക്കുന്നതല്ല. അത്തരത്തിൽ ഒഴിവാക്കപ്പെട്ട സപ്ലൈകൾ ഇനി പറയുന്നവയാണ്:

1. ഒരു തൊഴിലാളി തൊഴിലിന്റെ ഭാഗമായി തൊഴിലുടമയ്ക്ക് നൽകുന്ന സേവനങ്ങൾ.
2. കോടതികൾ, ട്രൈബ്യൂണലുകൾ എന്നിവയുടെ സേവനങ്ങൾ.
3. (i) പാർലമെന്റ് അംഗങ്ങൾ, നിയമസഭാംഗങ്ങൾ, തദ്ദേശഭരണ സമിതികളിലെ അംഗങ്ങൾ മറ്റ് ഭരണാധികാരികൾ എന്നിവർ അവരുടെ കൃത്യനിർവ്വഹണത്തിന്റെ ഭാഗമായി ചെയ്യുന്ന പ്രവൃത്തികൾ

   (ii) ഭരണഘടനാപരമായ സ്ഥാനം അലങ്കരിക്കുന്ന വ്യക്തിയുടെ കർത്തവ്യനിർവ്വഹണം

   (iii) കേന്ദ്രസർക്കാരോ, സംസ്ഥാനസർക്കാരോ തദ്ദേശ സർക്കാരോ സ്ഥാപിച്ച പ്രസ്ഥാനത്തിന്റെ ഡയറക്ടർ, ചെയർപേഴ്സൺ, മെമ്പർ എന്ന നിലയിൽ ഒരു വ്യക്തി നിർവഹിക്കുന്ന കർത്തവ്യങ്ങൾ.
4. ശവമടക്ക്, ശവദാഹം, ക്രിമറ്റോറിയം, മോർച്ചറി തുടങ്ങിയ സേവനങ്ങൾ. (ഇതിൽ മൃതദേഹം വഹിച്ചുകൊണ്ടു പോകുന്നതും ഉൾപ്പെടും)
5. വസ്തു/ഭൂമി ഇടപാടുകളും ഷെഡ്യൂൾ II പ്രകാരം സേവനങ്ങളുടെ സപ്ലൈയുടെ പരിധിയിൽ വരാത്ത കെട്ടിടങ്ങളുടെ നിർമ്മാണ വിപണനവും
6. ലോട്ടറി, ബെറ്റിംഗ്, ചൂതുകളി എന്നിവയൊഴിച്ചുള്ള ആക്ഷനബിൾ ക്ലെയിമുകൾ.

നികുതിവിധേയ പ്രദേശത്തുള്ള സപ്ലൈയുടെ മേലാണ് നികുതി ബാദ്ധ്യത നിശ്ചയിച്ചിരിക്കുന്നത്. ഇതനുസരിച്ച് നമ്മുടെ രാജ്യത്തിനകത്ത് നടക്കുന്ന സപ്ലൈയുടെ മേൽ മാത്രമേ നികുതി ബാധ്യത ഉണ്ടാകുന്നുള്ളൂ.

നികുതി വിധേയനാകേണ്ട വ്യക്തി (Taxable person) നൽകുന്ന സപ്ലൈയിൽ മാത്രമേ നികുതിബാധ്യത ഉണ്ടാകുന്നുള്ളൂ. Taxable personന്റെ നിർവചനം നിയമത്തിന്റെ 2(107)ൽ നൽകിയിരിക്കുന്നു.

നികുതിയുടെ ബാധ്യത

ജി.എസ്.ടി നിയമത്തിന്റെ വകുപ്പ് 9ൽ രണ്ടു സാഹചര്യങ്ങളിലെ നികുതിബാധ്യതയെപ്പറ്റി പ്രത്യേകം പരാമർശിച്ചിട്ടുണ്ട്.

രജിസ്ട്രേഷൻ ഉള്ള വ്യക്തി രജിസ്ട്രേഷൻ ഇല്ലാത്ത വ്യക്തിയിൽ നിന്നും സപ്ലൈ സ്വീകരിക്കുമ്പോഴുള്ള നികുതി ബാധ്യതയാണ് ഇതിൽ ഒന്ന്. ഇത്തരം സന്ദർഭങ്ങളിൽ സപ്ലൈ സ്വീകരിക്കുമ്പോഴുള്ള നികുതി ബാധ്യതയാണ് ഇതിൽ ഒന്ന്. ഇത്തരം സന്ദർഭങ്ങളിൽ സപ്ലൈ സ്വീകരിക്കുന്ന രജിസ്ട്രേഷൻ ഉള്ള വ്യക്തി റിവേഴ്സ്ചാർജ് (Reverse Charge) അടിസ്ഥാനത്തിൽ ആ സപ്ലൈയുടെ പൂർണമായ നികുതി ഒടുക്കേണ്ടതാണ്.

ഇലക്ട്രോണിക് കോമേഴ്സ് ഓപ്പറേറ്റർമാർ മുഖേന നൽകുന്ന സർക്കാർ നോട്ടിഫൈ ചെയ്ത ചില പ്രത്യേക സേവനങ്ങളുടെ നികുതിബാധ്യതയാണ് മറ്റൊന്ന്. ഇതും റിവേഴ്സ് ചാർജ് അടിസ്ഥാനത്തിൽ ഇലക്ട്രോണിക് കോമേഴ്സ് ഓപ്പറേറ്റർമാർ തന്നെ അടയ്ക്കേണ്ടതാണ്.

സപ്ലൈയുടെ സമയം (Time of Supply)

ജി.എസ്.ടി. നിയമത്തിലെ വകുപ്പ് 12 പ്രകാരം ചരക്കുകളുടെയും വകുപ്പ് 13 പ്രകാരം സേവനങ്ങളുടെയും ടൈം ഓഫ് സപ്ലൈ വെളിപ്പെടുത്തിയിട്ടുണ്ട്. ഇതനുസരിച്ച് ചരക്കുസപ്ലൈയുടെ കാര്യത്തിൽ (1) ഇൻവോയ്സ് നൽകിയ ദിവസം അല്ലെങ്കിൽ വകുപ്പ് 31 പ്രകാരം നൽകേണ്ട അവസാന ദിവസം, (2) സപ്ലൈയുടെ പ്രതിഫലം ലഭിച്ച ദിവസം ഇതിൽ ഏതാണോ ആദ്യം വരുന്നത് ആ ദിവസമാണ് ടൈം ഓഫ് സപ്ലൈ ആയി കണക്കാക്കുന്നത്.

സേവനങ്ങളുടെ കാര്യത്തിൽ ഇനി പറയുന്ന മൂന്നു കാര്യങ്ങളിൽ ഏതാണോ ആദ്യം വരുന്നത് അതാണ് ടൈം ഓഫ് സപ്ലൈ ആയി കണക്കാക്കുന്നത്.

1. വകുപ്പ് 31 പ്രകാരം സപ്ലൈയുടെ ഇൻവോയ്സ് നിശ്ചിതസമയത്തിനുള്ളിൽ (30 ദിവസത്തിനുള്ളിൽ) നൽകിയിട്ടുണ്ടെങ്കിൽ എന്നാണോ നൽകിയത് അല്ലെങ്കിൽ എന്നാണോ പ്രതിഫലം ലഭിച്ചത് ഇതിൽ ആദ്യം വരുന്ന ദിവസം.
2. ഇൻവോയ്സ് നിശ്ചിത ദിവസത്തിനുള്ളിൽ നൽകിയിട്ടില്ലെങ്കിൽ എന്നാണോ സപ്ലൈ നൽകിയത് അല്ലെങ്കിൽ എന്നാണോ പ്രതിഫലം ലഭിച്ചത് ഇതിൽ ആദ്യം വരുന്ന ദിവസം.
3. മേൽപ്പറഞ്ഞ രണ്ടു സാഹചര്യത്തിലും വരാത്തവയിൽ എന്നാണോ ആ സപ്ലൈയുടെ സ്വീകർത്താവ് ആ സപ്ലൈ

ലഭിച്ചതായി തന്റെ കണക്കുപുസ്തകത്തിൽ സൂചിപ്പിക്കുന്നത് ആ ദിവസം.

റിവേഴ്സ് ചാർജ് അടിസ്ഥാനത്തിലുള്ള നികുതിബാധ്യത യാണ് ഏതെങ്കിലുമൊരു സേവനസപ്ലൈയ്ക്കുള്ളതെങ്കിൽ അത്തരം സാഹചര്യങ്ങളിൽ താഴെപ്പറയുന്നവയിൽ ഏതാണോ ആദ്യം വരുന്നത് ആ ദിവസമാണ് ടൈം ഓഫ് സപ്ലൈ ആയി കണക്കാക്കുന്നത്.

1. സപ്ലൈയുടെ പണം ലഭിച്ചതായി സ്വീകർത്താവ് തന്റെ കണക്കു പുസ്തകത്തിൽ രേഖപ്പെടുത്തിയ ദിവസം അല്ലെങ്കിൽ ബാങ്ക് അക്കൗണ്ടിൽ നിന്നും പണം കൈമാറിയ ദിവസം.
2. സപ്ലൈയുടെ ഇൻവോയ്സ് നൽകിയിട്ട് അറുപതു ദിവസം കഴിയുന്നതിന്റെ അടുത്ത ദിവസം.

ഇത്തരത്തിൽ ടൈം ഓഫ് സപ്ലൈ കണ്ടെത്താനായില്ലെങ്കിൽ സപ്ലൈ ലഭിച്ചതായി കണക്കുപുസ്തകത്തിൽ രേഖപ്പെടുത്തിയ ദിവസമാണ് ടൈം ഓഫ് സപ്ലൈ ആയി കണക്കാക്കുന്നത്.

ഈ രീതിയിലൊന്നും കണ്ടുപിടിക്കാൻ കഴിയാത്ത സന്ദർഭ ങ്ങളിൽ നികുതിയുടെ റിട്ടേൺ സമർപ്പിക്കേണ്ട ദിവസവും അതും പ്രയാസമായാൽ നികുതി അടച്ച ദിവസവും ടൈം ഓഫ് സപ്ലൈ ആയി കണക്കാക്കാം.

സ്വയം മൂല്യനിർണയം നടത്തുന്ന രീതി

ഒരു സപ്ലൈയുടെ നികുതി ബാധ്യത നിശ്ചയിക്കുന്ന രണ്ടു ഘടകങ്ങളിൽ ആദ്യത്തേത് സപ്ലൈ ചെയ്ത ചരക്കുകളുടേയും സേ വനങ്ങളുടേയും മൂല്യം നിർണയിക്കുക എന്നതാണ്. ജി.എസ്.ടി. നിയമപ്രകാരം ഇതിനെ transaction value എന്നാണ് വിളിക്കുന്ന ത്. നിയമത്തിന്റെ 15-ാം വകുപ്പിൽ ഇതിനെപ്പറ്റി വ്യക്തമാക്കപ്പെട്ടി ട്ടുണ്ട്. ഇതനുസരിച്ച് സപ്ലൈ നൽകുന്ന വ്യക്തിയും ലഭിക്കുന്ന വ്യ ക്തിയും തമ്മിൽ മറ്റു ബന്ധങ്ങളൊന്നുമില്ലാതിരിക്കുകയും വില മാത്രം അടിസ്ഥാനമാക്കിയാണ് സപ്ലൈ നടത്തുന്നതുമെങ്കിൽ ആ സപ്ലൈയിൽ യഥാർത്ഥത്തിൽ നൽകിയതോ നൽകേണ്ടുന്നതോ ആയ വിലയായിരിക്കും അതിന്റെ transaction value. കൂടാതെ ജി.എ സ്.ടി. നികുതിയുടെ തുകയൊഴിച്ചുള്ള മറ്റു തുകകൾ മുഴുവനും (കേന്ദ്രസംസ്ഥാന സർക്കാരുകളുടെ സബ്സിഡി ഒഴിച്ചുള്ള മറ്റു സബ്സിഡികളുടെ തുകയുൾപ്പെടെ) transaction valueൽ വരുന്ന താണ്.

ചില നിബന്ധനകൾക്ക് വിധേയമായി ഒരു സപ്ലൈയുടെ മേൽ നൽകുന്ന ഡിസ്കൗണ്ടുകൾ transaction valueവിൽ നിന്നും ഒഴിവാക്കുന്നതാണ്. ആ നിബന്ധനകൾ താഴെ പറയുന്നവയാണ്.

1. സപ്ലൈ നടക്കുന്നതിന് മുൻപുതന്നെ അത്തരം ഡിസ്കൗണ്ടിനെപ്പറ്റി വാങ്ങുന്നയാൾക്കും വിൽക്കുന്നയാൾക്കും അറിവുള്ളതായിരിക്കണം.
2. സപ്ലൈ നടക്കുന്നതിനു മുൻപോ നടക്കുന്ന സമയത്തോ ഡിസ്കൗണ്ട് കണക്കാക്കാൻ കഴിയുമെങ്കിൽ ഡിസ്കൗണ്ട് ഇൻവോയിസിൽ രേഖപ്പെടുത്തിയിരിക്കണം.
3. സപ്ലൈ നടക്കുന്നതിന് മുമ്പ് വച്ച കരാറിന്റെ അടിസ്ഥാനത്തിലുള്ള പല ഡിസ്കൗണ്ടുകളുടേയും മൂല്യം സപ്ലൈ നടക്കുന്ന സമയത്തോ അതിന് മുമ്പോ കണക്കാക്കാൻ കഴിഞ്ഞില്ലെന്ന് വരാം. അത്തരം സാഹചര്യങ്ങളിൽ ഡിസ്കൗണ്ട് തുക കണക്കാക്കാൻ പറ്റുമ്പോൾ അവ സപ്ലൈയുമായി ബന്ധപ്പെട്ട ഇൻവോയിസിനോട് ബന്ധിപ്പിക്കുകയും (ജി. എസ്.ടി. റിട്ടേൺ മുഖേന) സപ്ലൈ ലഭിച്ചയാൾ ആനുപാതികമായ ക്രെഡിറ്റ് തിരികെ അടയ്ക്കുകയും ചെയ്യണം.

നികുതി നിരക്കുകൾ

ചരക്കുകളുടേയും സേവനങ്ങളുടെയും നികുതിബാധ്യത തിട്ടപ്പെടുത്താൻ വ്യത്യസ്തനിരക്കുകളിലുള്ള നികുതിയാണ് നിശ്ചയിച്ചിരിക്കുന്നത്. (ഇത് സംസ്ഥാനം/കേന്ദ്രഭരണ പ്രദേശം, കേന്ദ്രസർക്കാർ എന്നിവ തുല്യമായി വീതിച്ചെടുക്കുന്നതാണ്.) ജി.എസ്.ടി. കൗൺസിൽ ഓരോ തരത്തിലുള്ള ചരക്കുകളെയും സേവനങ്ങളെയും നിശ്ചിത നിരക്കിലാക്കി ജി.എസ്.ടി. ഷെഡ്യൂളിൽപ്പെടുത്തുകയും അത് അതാത് സർക്കാരുകൾ നിയമമാക്കുകയും ചെയ്യും. ഓരോ തരം ചരക്കിനും 8 അക്ക കോഡിൽപ്പെടുത്തിയിരിക്കുന്നു. അന്താരാഷ്ട്രതലത്തിൽ അംഗീകരിക്കപ്പെട്ട HSNനെ (Harmonised System of Nomenclature) അടിസ്ഥാനപ്പെടുത്തിയാണ് ഈ കോഡുകൾ തയ്യാറാക്കിയിട്ടുള്ളത്. അത്തരത്തിൽ നിലവിൽ ചരക്കുകൾക്കായി 98 തരം കോഡുകളും സേവനങ്ങൾ മൊത്തത്തിൽ ഒരു കോഡിൽ ഉൾപ്പെടുത്തിയുമാണ് തയ്യാറാക്കിയിട്ടുള്ളത്.

നിലവിൽ നികുതി കണക്കാക്കുന്നത്, പൂജ്യം 5, 12, 18, 28 ശതമാനങ്ങൾ എന്ന നിരക്കിലാണ്. അവശ്യവസ്തുക്കൾ, ഭക്ഷ്യധാന്യങ്ങൾ, നാണയപ്പെരുപ്പം അളക്കാനുപയോഗിക്കുന്ന കൺസ്യൂമർ പ്രൈസ് ഇൻഡക്സിനായി പരിഗണിക്കുന്ന 50 ശതമാനത്തോളം വസ്തുക്കൾ എന്നിവ പൂജ്യം ശതമാന നിരക്കിൽ ഉൾപ്പെടുത്തിയിരിക്കുന്നു. സാധാരണ ജനത്തിന്റെ നിത്യോപയോഗ വസ്തുക്കളിൽ ഭൂരിഭാഗവും 5 ശതമാനം നിരക്കിൽ ഉൾപ്പെടുത്തിയിരിക്കുന്നു. സ്റ്റാൻഡേർഡ് നിരക്കുകളായി കണക്കാക്കുന്ന 12, 18 എന്നിവയിലാണ് ഒട്ടുമിക്ക ചരക്കുകളും സേവനങ്ങളും വരുന്നത്. ആഡംബര വസ്തുക്കളായി പരിഗണിക്കുന്നവയെല്ലാം 28 ശതമാനം നിരക്കിൽ ഉൾപ്പെടുത്തിയിരിക്കുന്നു.

സ്വർണം, വെള്ളി എന്നീ ലോഹങ്ങൾക്ക് പ്രത്യേകമായി 3 ശതമാനം നിരക്കിലും മറ്റ് അമൂല്യലോഹങ്ങൾക്ക് 0.25 ശതമാനം നിരക്കിലും ആണ് നികുതി ചുമത്തിയിട്ടുള്ളത്.

ചരക്കു സേവനനികുതിയിൽ അവാന്തരവിഭാഗങ്ങളുമുണ്ട്. അവ ഏതൊക്കെയാണ് എന്ന് പരിശോധിക്കേണ്ടിയിരിക്കുന്നു.

കേന്ദ്രവും സംസ്ഥാനങ്ങളും കേന്ദ്രഭരണപ്രദേശങ്ങളും സംയുക്തമായി പിരിച്ചെടുത്ത് സംസ്ഥാന/കേന്ദ്രഭരണ പ്രദേശ അടിസ്ഥാനത്തിൽ തുല്യമായി പങ്കിടുന്ന സംവിധാനമാണ് ചരക്കു സേവനനികുതി സമ്പ്രദായത്തിനുള്ളത്. 'ഒരു രാജ്യം, ഒരു നികുതി, ഒരൊറ്റ കമ്പോളം' എന്നാണ് ഇത് സംബന്ധമായി ഉയർത്തുന്ന മുദ്രാവാക്യം. ഇങ്ങനെ പിരിച്ചെടുക്കുന്ന നികുതിയുടെ പങ്കിലുള്ള ഓരോ വിഭാഗവും ഓരോ നാമത്തിലാണ് അറിയപ്പെടുന്നത്.

ചരക്ക് സേവനനികുതിയിലെ അവാന്തര വിഭാഗങ്ങൾ

CGST, SGST, UTGST, IGST

ഓരോ സംസ്ഥാനത്തും പിരിക്കുന്ന നികുതിയിൽ സംസ്ഥാനത്തിനകത്തുള്ള ഉപഭോക്താക്കൾക്ക് സപ്ലൈ ചെയ്യുന്നവയുടെ നികുതിത്തുക സംസ്ഥാനവും കേന്ദ്രവും തുല്യമായി പങ്കിട്ടെടുക്കുന്നു. ഇതിൽ കേന്ദ്രവിഹിതത്തെ CGST എന്നും സംസ്ഥാനവിഹിതത്തെ SGST എന്നും വിളിക്കുന്നു. ഇവ തുല്യമായ തുകകളായിരിക്കും.

സംസ്ഥാനത്തിന് പുറത്തുള്ള ഒരു ഉപഭോക്താവിന് സപ്ലൈ ചെയ്യുന്നവയുടെ നികുതി IGST എന്ന പേരിലാണ് അറിയപ്പെടുന്നത്. ഈ തുകയുടെ ഒരു പകുതി കേന്ദ്രവിഹിതവും മറ്റേ പകുതി ഉപഭോക്താവിന്റെ സംസ്ഥാനത്തിന് അർഹതപ്പെട്ടതും ആണ്. IGST = CGST+SGST ആണെങ്കിലും ആ SGST സപ്ലൈ നടക്കുന്ന സംസ്ഥാനത്തിന് അർഹതപ്പെട്ടതല്ല. ഈ തുക പൂർണമായും കേന്ദ്രസർക്കാർ അക്കൗണ്ടിലെത്തുകയും അവിടെനിന്നും അർഹതപ്പെട്ട സംസ്ഥാനങ്ങൾക്ക് വിതരണം ചെയ്യുകയുമാണ് ചെയ്യുന്നത്.

കേന്ദ്രഭരണപ്രദേശങ്ങളിൽ നടക്കുന്ന സപ്ലൈകളിൽ SGSTയ്ക്ക് പകരമായുള്ളത് UTGST ആണ്.

ഇറക്കുമതിയും GSTയും

ഇറക്കുമതി ചെയ്യപ്പെടുന്ന സപ്ലൈകളെ അന്തർസംസ്ഥാന സപ്ലൈ ആയി കണക്കാക്കും. സേവനങ്ങളുടെ കാര്യത്തിൽ IGSTയും ചരക്കുകളുടെ കാര്യത്തിൽ കസ്റ്റംസ് ഡ്യൂട്ടിക്ക് പുറമെ കൗണ്ടർവെയിലിംഗ് ഡ്യൂട്ടി (CVD), സ്പെഷ്യൽ അഡീഷണൽ ഡ്യൂട്ടി (SAD) എന്നിവയ്ക്ക് പകരമായി IGSTയും പിരിക്കുന്നു.

സപ്ലൈയർ ഇന്ത്യൻ ടെറിട്ടോറിയൽ വാട്ടേഴ്സിനുള്ളിലാണെങ്കിൽ അത് തൊട്ടടുത്തുള്ള തീരദേശം ഉൾപ്പെടുന്ന സംസ്ഥാനത്തോ കേന്ദ്രഭരണപ്രദേശത്തോ ഉള്ളതായിട്ടാണ് പരിഗണിക്കേണ്ടത്. തീരത്തുനിന്നും 13.8 മൈൽ അഥവാ 22.2 കി.മീറ്റർ വരുന്ന ദൂരപരിധിയാണ് ടെറിട്ടോറിയൽ വാട്ടേഴ്സ്.

കയറ്റുമതി ചെയ്യപ്പെടുന്നവയിലെ GST

IGST നിയമപ്രകാരമുള്ള കയറ്റുമതിയെ പൂജ്യം നിരക്കിലുള്ള സപ്ലൈ ആയാണ് കണക്കാക്കുന്നത്. അതിനാൽ നികുതിവിധേയമായവയാണ് സപ്ലൈ ചെയ്യുന്നതെങ്കിൽ അവയിൽ ചുമത്തിയ നികുതിയും നികുതി ഒഴിവാക്കപ്പെട്ടവയാണെങ്കിൽ അത്തരം ചരക്കുകളിലും സേവനങ്ങളിലുമുള്ള ഇൻപുട്ടുകളിലും ഇൻപുട്ട് സേവനങ്ങളിലും ഉൾപ്പെട്ട ജി.എസ്.ടിയും റീഫണ്ടായി ലഭിക്കുന്നതാണ്.

എങ്ങനെയാണ് നികുതിദായകൻ രജിസ്റ്റർ ചെയ്യേണ്ടതെന്നും അത് എപ്പോഴാണെന്നും അറിയേണ്ടതുണ്ട്.

രജിസ്ട്രേഷൻ

നികുതിദായകൻ രജിസ്റ്റർ ചെയ്യപ്പെടേണ്ടതെപ്പോൾ

ചരക്ക് സേവനനികുതി നിയമത്തിന്റെ 22-ാം വകുപ്പ് പ്രകാരം നികുതിവിധേയമായ ഉല്പന്നങ്ങളുടേയോ സേവനങ്ങളുടേയോ സപ്ലൈയിൽ ഏർപ്പെട്ടിട്ടുള്ള വ്യക്തികളും സ്ഥാപനങ്ങളും അവരുടെ മൊത്തം വാർഷികവിറ്റുവരവ് ഇരുപത് (20) ലക്ഷം രൂപ കടന്നാൽ ഉടൻ രജിസ്റ്റർ ചെയ്യേണ്ടതാണ്. പ്രത്യേക കാറ്റഗറിയിൽപ്പെട്ട സംസ്ഥാനങ്ങളായ അരുണാചൽപ്രദേശ്, ആസ്സാം, ജമ്മുകാശ്മീർ, മണിപ്പൂർ, മേഘാലയ, മിസോറാം, നാഗാലാൻഡ്, സിക്കിം, ത്രിപുര, ഹിമാചൽപ്രദേശ്, ഉത്തരാഖണ്ഡ് എന്നിവിടങ്ങളിൽ ഇത് പത്ത് (10) ലക്ഷമായി പരിമിതപ്പെടുത്തിയിരിക്കുന്നു.

രജിസ്ട്രേഷൻ എടുക്കേണ്ടത് സംസ്ഥാനതലത്തിലോ കേന്ദ്ര ഭരണ പ്രദേശതലത്തിലോ ആയിരിക്കണം.

അതായത് ഒന്നിൽകൂടുതൽ സംസ്ഥാനങ്ങളിലോ, കേന്ദ്രഭരണ പ്രദേശങ്ങളിലോ ശാഖകളുള്ള സ്ഥാപനങ്ങൾ അവിടെയെല്ലാം പ്രത്യേകം പ്രത്യേകം രജിസ്ട്രേഷൻ എടുക്കേണ്ടതാണ്.

രജിസ്റ്റർ ചെയ്യപ്പെടേണ്ട വ്യക്തിയോ സ്ഥാപനമോ അതിനായി ബാധ്യത ഉണ്ടാകുന്ന ദിവസം മുതൽ 30 ദിവസത്തിനകം രജിസ്റ്റർ ചെയ്യാനുള്ള അപേക്ഷ സമർപ്പിക്കേണ്ടതാണ്. എന്നാൽ കാഷ്വൽ, നോൺ റസിഡണ്ട് വിഭാഗങ്ങളിൽ വരുന്ന നികുതിദായകർ അവരുടെ ബിസിനസ് തുടങ്ങുന്നതിന് 5 ദിവസം മുൻപെങ്കിലും രജിസ്റ്റർ ചെയ്യേണ്ടതാണ്. പലതരം വ്യാപാരങ്ങളിലോ സേവനങ്ങളിലോ ഏർപ്പെട്ടിട്ടുള്ളവർക്ക് ഒറ്റ രജിസ്ട്രേഷൻ മതിയാവുന്നതാണ്.

രജിസ്റ്റർ ചെയ്യേണ്ടവിധം

പാൻ നമ്പർ അടിസ്ഥാനമാക്കിയാണ് രജിസ്ട്രേഷൻ. 2017 ജൂൺ 30 വരെ നിലനിന്നിരുന്ന നികുതി ചുമത്തൽ നിയമങ്ങളുടെ

അടിസ്ഥാനത്തിൽ രജിസ്റ്റർ ചെയ്തിരുന്ന നികുതിദായകർ പുതിയ നിയമപ്രകാരം 2017 ജൂലൈ ഒന്നിന് മുൻപായി രജിസ്റ്റർ ചെയ്യേണ്ട തുണ്ടായിരുന്നു. ഇത്തരം രജിസ്ട്രേഷനെ മൈഗ്രേഷൻ എന്നാണ് പറയുക. അങ്ങനെയല്ലാതെ പുതുതായി രജിസ്റ്റർ ചെയ്യപ്പെടേണ്ടവർ ബാധ്യത ഉണ്ടായി 30 ദിവസത്തിനകം ഓൺലൈനായി GSTNന്റെ കോമൺപോർട്ടലിൽ അപേക്ഷ സമർപ്പിക്കണം.

രജിസ്ട്രേഷന് ആവശ്യമുള്ള രേഖകൾ

1. പാൻ നമ്പർ
2. മൊബൈൽ നമ്പർ
3. ഇ-മെയിൽ വിലാസം
4. ബിസിനസ്സിന്റെ നിയമപ്രകാരമുള്ള ഘടന സൂചിപ്പിക്കുന്ന നിയമാവലി (പാർട്ണർഷിപ് ഡീഡ്, സൊസൈറ്റി, ട്രസ്റ്റ് മുതലായവയുടെ രജിസ്ട്രേഷൻ സർട്ടിഫിക്കറ്റ് എന്നിവ)
5. സ്ഥാപനത്തിന്റെ ആസ്ഥാനം സംബന്ധിച്ച രേഖ (ഉടമസ്ഥാവകാശം, വാടകക്കരാർ, അവകാശം തെളിയിക്കുന്ന മറ്റു രേഖകൾ ഇവയിലേതാണോ ബാധകം അത്.)
6. ബാങ്ക് അക്കൗണ്ട് സംബന്ധിച്ച വിവരങ്ങൾ (അക്കൗണ്ട് നമ്പർ, അക്കൗണ്ട് ഉടമയുടെ പേര്, MICR, IFSC കോഡുകൾ, ബ്രാഞ്ച് സംബന്ധിച്ച വിവരങ്ങൾ എന്നിവയെല്ലാമുള്ള രേഖ)
7. പ്രത്യേകം ചുമതലപ്പെടുത്തിയ വ്യക്തിയെ സംബന്ധിച്ച വിവരം (അധികാരപ്പെടുത്തിക്കൊണ്ടുള്ള കത്തിന്റെയോ തീരുമാനത്തിന്റെയോ പകർപ്പും)
8. ഫോട്ടോ (jpg, png ഫോർമാറ്റ്)

   (ഉടമയുടെയോ, പാർട്ണർമാരുടെയോ, കമ്പനി മാനേജിംഗ് ഡയറക്ടർ ചുമതലപ്പെടുത്തിയ വ്യക്തിയുടെയോ തുടങ്ങി ചുമതലപ്പെട്ടയാളിന്റെയോ/ആളുകളുടെയോ)

രജിസ്ട്രേഷനുള്ള നടപടിക്രമങ്ങൾ

കോമൺ പോർട്ടലിൽ GST REG 01 എന്ന അപേക്ഷാഫാറത്തിലെ പാർട്ട് Aയിൽ രജിസ്ട്രേഷൻ ചെയ്യപ്പെടേണ്ട വ്യക്തിയുടെയോ സ്ഥാപനത്തിന്റെയോ, PAN, മൊബൈൽ നമ്പർ, ഇ-മെയിൽ വിലാസം എന്നിവ രേഖപ്പെടുത്തുകയാണ് ആദ്യം ചെയ്യേണ്ടത്. GSTNൽ തന്നെ ഇവ ശരിയാണോ എന്ന് പരിശോധിക്കാനുള്ള

സംവിധാനം ഉള്ളതിനാൽ പരിശോധനയുടെ ഭാഗമായുള്ള OTP നമ്പർ മൊബൈലിലും ഇ-മെയിൽ വിലാസത്തിലും പ്രത്യേകം പ്രത്യേകമായി അയച്ച് പരിശോധന നടത്തി സ്ഥിരീകരിക്കുന്നതാണ്.

അതേത്തുടർന്ന് ഒരു ARN (Application Reference Number) മൊബൈലിലേക്കും ഇ-മെയിലിലേക്കും അയയ്ക്കുന്നു. ഈ റഫറൻസ് നമ്പർ ഉപയോഗിച്ച് മേൽ സൂചിപ്പിച്ച GST REG 01എന്ന ഫോറത്തിലെ ഭാഗം Bയിലുള്ള അപേക്ഷ ഓൺലൈനായി സമർപ്പിക്കണം. ഈ അപേക്ഷയോടൊപ്പം ഡിജിറ്റൽ ഒപ്പും രേഖകളുടെ സ്കാൻ ചെയ്ത പകർപ്പും നേരിട്ടോ, സർക്കാർ അംഗീകരിച്ചിട്ടുള്ള ഫെസിലിറ്റേഷൻ സെന്റർ വഴിയോ കോമൺപോർട്ടലിൽ സമർപ്പിക്കാവുന്നതാണ്.

തുടർന്ന് GST REG 02 എന്ന ഫോറത്തിലുള്ള രസീത് ഓൺലൈനായി ലഭിക്കുന്നതാണ്. ഈ അപേക്ഷ യഥാസമയം ബന്ധപ്പെട്ട ഉദ്യോഗസ്ഥന്റെ പക്കലേക്ക് എത്തിക്കുവാനുള്ള സംവിധാനം GSTNനുണ്ട്.

അപ്രകാരം ലഭിക്കുന്ന അപേക്ഷകളിൽ ബന്ധപ്പെട്ട ഉദ്യോഗസ്ഥൻ മൂന്ന് പ്രവൃത്തിദിവസങ്ങൾക്കുള്ളിൽ പരിശോധിക്കുകയും ന്യൂനതയുള്ള അപേക്ഷയെ സംബന്ധിച്ച വിവരം GST REG 03 എന്ന ഫോറത്തിലൂടെ അപേക്ഷകനെ അറിയിക്കുകയും ന്യൂനതയില്ലാത്തവയെ അംഗീകരിക്കുകയും ചെയ്യണം.

മൂന്ന് പ്രവൃത്തിദിവസങ്ങൾക്കുള്ളിൽ യാതൊരു നടപടിയും സ്വീകരിക്കാത്ത അപേക്ഷയിന്മേൽ GSTN സ്വയമേ തന്നെ സാധുതയുള്ളതായി പരിഗണിച്ച് GST REG 06 ഫോറത്തിലുള്ള രജിസ്ട്രേഷൻ സർട്ടിഫിക്കറ്റ് തയ്യാറാക്കി നൽകുന്നു.

അപേക്ഷയിലുള്ള ന്യൂനതയെക്കുറിച്ചുള്ള അറിയിപ്പ് ലഭിച്ചാൽ അപേക്ഷകൻ അവ പരിഹരിച്ചുകൊണ്ടുള്ള വിശദീകരണം ഏഴു ദിവസത്തിനകം GST REG 04 ഫോറത്തിൽ ബന്ധപ്പെട്ട രേഖകൾ സഹിതം പോർട്ടലിൽ തന്നെ സമർപ്പിക്കേണ്ടതാണ്. അങ്ങനെ ലഭിക്കുന്ന വിശദീകരണത്തിൽ ഏഴു ദിവസത്തിനകം തൃപ്തികരമായവ അംഗീകരിച്ച് GST REG 06 ഫോറത്തിലുള്ള രജിസ്ട്രേഷൻ സർട്ടിഫിക്കറ്റ് നൽകുകയും അല്ലാത്തവ GST REG 05 എന്ന ഫാറത്തിൽ നിരസിച്ചുകൊണ്ട് അറിയിക്കുകയും ചെയ്യേണ്ടതാണ്.

രജിസ്ട്രേഷൻ പ്രാബല്യത്തിൽ വരുന്നത്

രജിസ്ട്രേഷൻ എടുക്കാൻ ബാധ്യത ഉണ്ടായി 30 ദിവസത്തിനകം അപേക്ഷ സമർപ്പിക്കുകയാണെങ്കിൽ ബാധ്യത ഉണ്ടായ ദിവസം

മുതൽ രജിസ്ട്രേഷൻ പ്രാബല്യത്തിൽ വന്നതായി കണക്കാക്കും. എന്നാൽ 30 ദിവസത്തിന് ശേഷമാണ് അപേക്ഷ നൽകുന്നതെങ്കിൽ രജിസ്ട്രേഷൻ നൽകുന്ന ദിവസം മുതൽ മാത്രമേ അത് പ്രാബല്യത്തിൽ വരികയുള്ളൂ. (Rule 3(2) & 3(3) of GST Registration Rules)

നികുതി ബാധ്യത ഉണ്ടാകുന്ന ദിവസം മുതൽ ഒരു നികുതി ദായകൻ നികുതി അടക്കേണ്ടതുണ്ട്. എന്നാൽ രജിസ്ട്രേഷൻ പ്രാബല്യത്തിൽ വരുന്ന ദിവസം മുതൽ മാത്രമേ അയാൾക്ക് ടാക്സ് ഇൻവോയ്സ് നൽകാനും ഇൻപുട്ട് ടാക്സ് ക്രെഡിറ്റ് എടുക്കാനും കഴിയുകയുള്ളൂ.

രജിസ്ട്രേഷൻ നമ്പർ

സംസ്ഥാനം തിരിച്ചുള്ളതും പാൻ നമ്പർ അടിസ്ഥാനമാക്കിയതും 15 അക്കങ്ങളുള്ളതുമാണ് Goods and Services Tax Identification Number (GSTIN) എന്ന രജിസ്ട്രേഷൻ നമ്പർ. ഇതിൽ ആദ്യത്തെ രണ്ടു സ്ഥാനം സംസ്ഥാനത്തെ സൂചിപ്പിക്കുന്നു. കേരളത്തിന്റേത് 32 ആണ്. അടുത്ത 10 സ്ഥാനങ്ങൾ പാൻ നമ്പരായിരിക്കും.

രജിസ്ട്രേഷനു ശേഷമുള്ള ഭേദഗതി

നിലവിൽ രജിസ്റ്റർ ചെയ്യപ്പെട്ട രേഖകളിൽ ഏതെങ്കിലും വിധത്തിലുള്ള മാറ്റം ഉണ്ടാവുകയാണെങ്കിൽ ആ ദിവസം മുതൽ 15 ദിവസത്തിനകം രജിസ്ട്രേഷൻ സർട്ടിഫിക്കറ്റ് ഭേദഗതി ചെയ്യാനുള്ള അപേക്ഷ GST REG 13 എന്ന ഫാറത്തിൽ ഓൺലൈനായി നേരിട്ടോ അംഗീകരിക്കപ്പെട്ട ഏതെങ്കിലും ഫെസിലിറ്റേഷൻ കേന്ദ്രം മുഖേനയോ സമർപ്പിക്കേണ്ടതാണ്.

അതിന്മേൽ ബന്ധപ്പെട്ട ഉദ്യോഗസ്ഥൻ 15 പ്രവൃത്തി ദിവസങ്ങൾക്കുള്ളിൽ അംഗീകാരം നൽകുകയോ അല്ലാത്തപക്ഷം GST REG 03ലുള്ള കാരണം കാണിക്കൽ നോട്ടീസ് നൽകുകയോ ചെയ്യണം. അതിനുള്ള മറുപടിയായി GST REG 04ൽ ലഭിച്ചിരിക്കുന്ന വിശദീകരണം പരിഗണിച്ച് 7 ദിവസത്തിനകം ബന്ധപ്പെട്ട ഉദ്യോഗസ്ഥൻ ഭേദഗതി അംഗീകരിക്കുകയോ നിരസിക്കുകയോ ചെയ്യണം. അല്ലാത്തപക്ഷം ഭേദഗതി അംഗീകരിച്ചതായി കണക്കാക്കി ഭേദഗതി വരുത്തിയ സർട്ടിഫിക്കറ്റ് കോമൺപോർട്ടലിൽ ലഭിക്കുന്നതാണ്.

രജിസ്ട്രേഷൻ റദ്ദാക്കൽ

നികുതിവിധേയനായ വ്യക്തിക്കോ, അയാളുടെ മരണത്തിൽ നിയമപ്രകാരമുള്ള പിൻതുടർച്ചാവകാശിക്കോ ഇനിപ്പറയുന്ന

കാരണങ്ങളാൽ രജിസ്ട്രേഷൻ റദ്ദാക്കാനുള്ള അപേക്ഷ നൽകാവുന്നതാണ്.

i) ഉടമയുടെ മരണം, മറ്റൊരു ബിസിനസ്സുമായുള്ള ലയനം എന്നിങ്ങനെയുള്ള കാരണങ്ങളാൽ ബിസിനസ് നിർത്തിവയ്ക്കുകയോ, പൂർണമായി കൈമാറ്റം ചെയ്യപ്പെടുകയോ ചെയ്യുക.

ii) ബിസിനസ്സിന്റെ നിയമപരമായ ഘടനയിൽ മാറ്റം ഉണ്ടാവുക.

iii) ജി. എസ്. ടി. നിയമപ്രകാരം രജിസ്ട്രേഷൻ ബാധ്യത ഇല്ലാതിരിക്കുക.

ഇത്തരത്തിലുള്ള അപേക്ഷകൾ ലഭിച്ചാൽ ആ വ്യക്തി നിയമപ്രകാരം രജിസ്ട്രേഷൻ തുടരേണ്ടതില്ല എന്ന് ബന്ധപ്പെട്ട ഉദ്യോഗസ്ഥന് ബോധ്യപ്പെട്ടാൽ അപേക്ഷ ലഭിച്ച് 30 ദിവസത്തിനുള്ളിൽ GST REG 18ലുള്ള രജിസ്ട്രേഷൻ റദ്ദാക്കിക്കൊണ്ടുള്ള ഉത്തരവ് നൽകുന്നതാണ്.

ഇപ്രകാരമല്ലാതെതന്നെ വ്യക്തമായ കാരണങ്ങളാൽ ഒരു നികുതിവിധേയനായ വ്യക്തിയുടെ രജിസ്ട്രേഷൻ 29-ാം വകുപ്പു പ്രകാരം റദ്ദാക്കേണ്ടതാണെന്ന് ബന്ധപ്പെട്ട ഉദ്യോഗസ്ഥന് ബോധ്യപ്പെടുന്ന സാഹചര്യത്തിൽ, ഏഴു ദിവസത്തിനുള്ളിൽ മറുപടി ആവശ്യപ്പെട്ടുകൊണ്ട് GST REG 16 എന്ന ഫോറത്തിൽ രജിസ്ട്രേഷൻ റദ്ദാക്കാതിരിക്കാനുള്ള കാരണം കാണിക്കാൻ ആവശ്യപ്പെട്ടുകൊണ്ട് നോട്ടീസ് നൽകാവുന്നതാണ്. മറുപടി ലഭിച്ചുകഴിഞ്ഞാൽ വിശദീകരണത്തിന്റെ അടിസ്ഥാനത്തിൽ ബന്ധപ്പെട്ട ഉദ്യോഗസ്ഥൻ 30 ദിവസത്തിനകം GST REG 168ലുള്ള ഫോറത്തിൽ ഉത്തരവ് നൽകും.

ഒരിക്കൽ റദ്ദാക്കിയ രജിസ്ട്രേഷൻ പുനഃസ്ഥാപിക്കാൻ 30 ദിവസത്തിനകം അപേക്ഷ നൽകാവുന്നതാണ്.

രജിസ്റ്റർ ചെയ്യേണ്ട ഒരു വ്യക്തിയോ സ്ഥാപനമോ രജിസ്ട്രേഷൻ എടുക്കാതിരുന്നാൽ ആ വ്യക്തി/സ്ഥാപനം 10000 രൂപ പിഴ അടയ്ക്കേണ്ടതായിവരും.

രജിസ്ട്രേഷൻ നമ്പർ ഓരോ ബിസിനസ് സ്ഥാപനത്തിന്റെയും പ്രധാന സ്ഥലത്തും മറ്റു സ്ഥലങ്ങളിലും വ്യക്തമായി പ്രദർശിപ്പിക്കേണ്ടതാണ്.

കോമ്പോസിഷൻ രീതിയിലുള്ള നികുതി സമ്പ്രദായം

ചരക്കുസേവനനികുതി നിയമത്തിന്റെ 10(1) വകുപ്പ് പ്രകാരം ചില പ്രത്യേകനിബന്ധനകൾക്ക് വിധേയമായി ഒന്നരക്കോടി രൂപ വരെ വാർഷിക വിറ്റുവരവുള്ള (ഇത് ആദ്യം 50 ലക്ഷവും പിന്നീട് 1 കോടിയുമായി) നികുതിദായകനായ ഒരു രജിസ്റ്റേർഡ് വ്യക്തിക്ക് ഒരു നിശ്ചിതശതമാനം മാത്രം തുക നികുതിയായി നൽകേണ്ടുന്ന കോമ്പൗണ്ടിംഗ് സമ്പ്രദായപ്രകാരം നികുതി അടയ്ക്കാവുന്നതാണ്.

ഈ സമ്പ്രദായപ്രകാരം അടയ്ക്കേണ്ട നികുതിയുടെ നിരക്ക് താഴെപ്പറയും പ്രകാരമാണ്.

1. നികുതിവിധേയമായ ഉത്പന്നങ്ങളുടെ ഉല്പാദകരായ രജിസ്റ്റേർഡ് വ്യക്തികൾ ആ സംസ്ഥാനത്ത് അവരുടെ വിറ്റുവരവിന്റെ ഒരു ശതമാനം. (തുടക്കത്തിൽ ഇത് 2 ശതമാനമായിരുന്നു.)
2. മനുഷ്യരുടെ ഉപഭോഗത്തിനുള്ള ഭക്ഷണപാനീയങ്ങളിൽ ആൽക്കഹോളിക് പാനീയങ്ങളൊഴിച്ചുള്ളവ കോമ്പോസിറ്റ് സപ്ലൈ ആയി നൽകുന്നവർ (ഉദാ: ഹോട്ടലുകൾ, റസ്റ്റോറന്റുകൾ തുടങ്ങിയവ) ആ സംസ്ഥാനത്തെ അവരുടെ വിറ്റുവരവിന്റെ അഞ്ചു ശതമാനം.
3. മേൽ പറഞ്ഞവയല്ലാതെ മറ്റു തരത്തിലുള്ള സപ്ലൈ നടത്തുന്നവർ അവരുടെ ആ സംസ്ഥാനത്തെ വിറ്റുവരവിന്റെ ഒരു ശതമാനം.

ഈ സമ്പ്രദായപ്രകാരം രജിസ്റ്റർ ചെയ്യുന്നവർ പാലിക്കേണ്ട നിബന്ധനകൾ

നിയമത്തിലെ 10(2) വകുപ്പ് പ്രകാരം

a) ഷെഡ്യൂൾ II 6–ാം ഖണ്ഡികയിൽ ക്ലാസ് bയിൽ പറഞ്ഞിട്ടുള്ളവയുടെ സപ്ലൈ മാത്രമേ നടത്താൻ പാടുള്ളൂ.

b) ഈ നിയമമനുസരിച്ച് നികുതി ചുമത്താവുന്ന ചരക്കുകളുടെ സപ്ലൈയിൽ ഏർപ്പെട്ടിരിക്കുന്നയാളായിരിക്കണം.

c) സംസ്ഥാനത്തിന് പുറത്തേക്ക് സപ്ലൈ നൽകാൻ പാടുള്ളതല്ല.

d) നിയമത്തിന്റെ 52-ാം വകുപ്പുപ്രകാരം ഉദ്ഭവസ്ഥലത്തു നിന്നും നികുതി ശേഖരിക്കാൻ ബാധ്യതപ്പെട്ട ഇലക്ട്രോണിക് കോമേഴ്സ് ഓപ്പറേറ്റർമാർ മുഖാന്തിരം ചരക്കുകളുടെ സപ്ലൈ നടത്താൻ പാടുള്ളതല്ല.

e) കൗൺസിലിന്റെ ശുപാർശപ്രകാരം സർക്കാർ സൂചിപ്പിച്ചിട്ടുള്ള ചരക്കുകളുടെ ഉല്പാദനത്തിൽ ഏർപ്പെടാൻ പാടുള്ളതല്ല.

കോമ്പോസിഷൻ രീതിയിൽ നികുതി അടയ്ക്കുന്നവർ, നിയമത്തിലെ 10(4) വകുപ്പുപ്രകാരം സ്വീകർത്താവിൽ നിന്നും നികുതി സ്വീകരിക്കാനോ, അയാൾക്ക് ലഭ്യമായ ചരക്കുകളിലും സേവനങ്ങളിലും ചുമത്തപ്പെട്ട നികുതിത്തുകയുടെ ക്രെഡിറ്റ് എടുക്കുവാനോ പാടുള്ളതല്ല.

വാർഷിക വിറ്റുവരവ് നിശ്ചിത പരിധി കഴിയുമ്പോൾ ഉടനെത്തന്നെ ഈ സമ്പ്രദായത്തിൽ നിന്നു മാറി പൊതുസമ്പ്രദായ പദ്ധതിയിൽ കൂടി നികുതി അടയ്ക്കേണ്ടതാണ്. (വകുപ്പ് 10 (3))

അർഹതയില്ലാത്തൊരാൾ കോമ്പോസിഷൻ പദ്ധതി പ്രയോജനപ്പെടുത്തുന്നതായി ബന്ധപ്പെട്ട അധികാരികളുടെ ശ്രദ്ധയിൽപ്പെട്ടാൽ നിയമപ്രകാരം അടയ്ക്കേണ്ടതായ നികുതി ബാധ്യതയ്ക്കു പുറമേ വകുപ്പ് 73 അല്ലെങ്കിൽ 74 ഏതാണോ ബാധകമാകുന്നത് അതു പ്രകാരമുള്ള ശിക്ഷാനടപടികൾക്കും വിധേയനാകുന്നതായിരിക്കും.

ചരക്കുസേവനനികുതിയുടെ കോമ്പോസിഷൻ ചട്ടങ്ങളുടെ (Composition Rules of GST) ചട്ടം 1(2) ചട്ടങ്ങളുടെ 3(2) ചട്ടപ്രകാരം പ്രകാരം രജിസ്ട്രേഷൻ ചട്ടങ്ങളുടെ 1-ാം ചട്ടം അനുസരിച്ച് രജിസ്ട്രേഷന് വേണ്ടി അപേക്ഷ നൽകുന്ന ഏതൊരു വ്യക്തിയും വകുപ്പ് 10 പ്രകാരം കോമ്പോസിഷൻ പദ്ധതിപ്രകാരം നികുതിയടക്കുന്നതിലേക്കായുള്ള അപേക്ഷാഫോറമായ GST REG 01ന്റെ പാർട്ട് Bയിൽ ഇത് സംബന്ധമായ ഓപ്ഷൻ നൽകേണ്ടതാണ്. ഇങ്ങനെ നൽകുന്ന ഓപ്ഷൻ നിയമപ്രകാരമുള്ള അറിയിപ്പായി പരിഗണിക്കുന്നതാണ്.

നിലവിൽ രജിസ്റ്റർ ചെയ്ത് സാധാരണരീതിയിൽ നികുതി അടയ്ക്കുന്ന ഒരാൾ കോമ്പോസിഷൻ രീതിയിൽ നികുതി അടയ്ക്കാനാഗ്രഹിക്കുന്നെങ്കിൽ അയാൾ ആ സാമ്പത്തിക വർഷത്തിന്റെ ആരംഭത്തിന് മുൻപായിത്തന്നെ GST CMP 02 എന്ന ഫോറത്തിൽ

ഇലക്ട്രോണിക്കലായി കോമൺപോർട്ടലിൽ കൂടി അറിയിക്കേണ്ട താണ്. ഇത്തരത്തിൽ സമർപ്പിക്കപ്പെടുന്ന അറിയിപ്പ് ആ വ്യക്തി യുടെ PAN നമ്പറിൽ രജിസ്ട്രേഷൻ എടുത്തിട്ടുള്ള എല്ലാ രജിസ് ട്രേഷനുകൾക്കും ബാധകമായിരിക്കും. (CGST ചട്ടങ്ങളുടെ ചട്ടം 3(5)) കൂടാതെ സാമ്പത്തിക വർഷാരംഭം മുതൽ 60 ദിവസത്തിനകം GST ITC 3 എന്ന ഫോറത്തിലുള്ള പ്രസ്താവനയും സമർപ്പിക്കേണ്ടതാണ്.

കോമ്പോസിഷൻ രീതിയിൽ നികുതി അടയ്ക്കുന്ന വ്യക്തികൾ എല്ലാവർഷവും അറിയിപ്പ് നൽകേണ്ട ആവശ്യമില്ല. (CGST ചട്ട ങ്ങളുടെ ചട്ടം 6)

കോമ്പോസിഷൻ രീതിയിൽ നികുതി അടച്ചുവരവേ, അതുസംബ ന്ധമായ നിബന്ധനകൾ പാലിക്കാൻ കഴിയാതെയാകുന്ന സമയം മുതൽ സാധാരണ നികുതി സമ്പ്രദായത്തിലേക്ക് മാറുന്നതിലേക്ക് തുടർന്നു വരുന്ന എല്ലാ സപ്ലൈയ്ക്കും tax invoice നൽകേണ്ടതും 7 ദിവസത്തിനകം കോമ്പോസിഷൻ രീതിയിൽ നിന്ന് പിൻവലി യുന്നതായുള്ള അറിയിപ്പ് നിർദ്ദിഷ്ടഫാറമായ GST CMP 04ൽ സമർപ്പിക്കേണ്ടതുമാണ്. അതുപോലെ സ്വമേധയാ ഈ രീതിയിൽ നിന്നും മാറി സാധാരണരീതിയിൽ നികുതി അടയ്ക്കാൻ ആഗ്ര ഹിക്കുന്ന വ്യക്തികളും GST CMP 04ൽ കോമൺ പോർട്ടലിൽ തന്നെ അപേക്ഷ സമർപ്പിക്കേണ്ടതാണ്.

കോമ്പോസിഷൻ രീതിയിൽ രജിസ്റ്റർ ചെയ്യപ്പെട്ട ഒരു വ്യക്തി അതിനർഹനല്ല എന്ന് ബന്ധപ്പെട്ട ഉദ്യോഗസ്ഥന് ബോധ്യപ്പെട്ടാൽ ഇത് സംബന്ധമായി GST CMP 05 ഫോറത്തിലുള്ള കാരണം കാണി ക്കൽ നോട്ടീസ് നൽകേണ്ടതും അതിൽ 15 ദിവസത്തിനകം മറുപടി നൽകണമെന്നാവശ്യപ്പെടേണ്ടതുമാണ്.

അതനുസരിച്ച് GST CMP 06 ഫോറത്തിൽ ലഭിക്കുന്ന മറുപടി ക്കനുസരണമായി GST CMP 07 എന്ന ഫോറത്തിൽ അയാൾക്ക് അനുകൂലമായോ പ്രതികൂലമായോ ഉള്ള ഉത്തരവ് പുറപ്പെടുവി ക്കേണ്ടതാണ്.

റിവേഴ്സ് ചാർജ് സമ്പ്രദായം
(Reverse Charge Mechanism)

ചരക്ക് സേവന നികുതി നിയമത്തിന്റെ വകുപ്പ് 2(28)ൽ റിവേഴ്സ് ചാർജ് എന്നാൽ എന്താണെന്ന് വ്യക്തമാക്കിയിട്ടുണ്ട്. സപ്ലൈയർക്ക് പകരമായി സ്വീകർത്താവ് തന്നെ അയാൾ സ്വീകരിച്ച ചരക്കുകളുടേയും സേവനങ്ങളും മേൽ ബാധകമായ നികുതി അടയ്ക്കേണ്ടിവരുന്ന സമ്പ്രദായമാണ് ഇതുകൊണ്ട് ഉദ്ദേശിച്ചിരിക്കുന്നത്.

ചില സന്ദർഭങ്ങളിൽ സപ്ലൈയർ നികുതിദായകനായില്ലെന്നു വരാം. അപ്പോൾ നികുതിയുടെ ബാധ്യതയുള്ള ചരക്കുകളും സേവനങ്ങളും സ്വീകരിക്കുന്നയാൾ സപ്ലൈയർ മുഖാന്തിരം സാധാരണ രീതിയിൽ അടയ്ക്കേണ്ടിവരുമായിരുന്ന നികുതി സ്വയം സർക്കാരിലേക്ക് അടയ്ക്കുവാൻ ആവശ്യപ്പെടുന്നതാണ് ഈ രീതി. ഇത് നിയമത്തിന്റെ 9(3), 9(4) എന്നീ വകുപ്പുകളിൽ നിർദ്ദേശിച്ചിട്ടുണ്ട്. ഈ രീതി ബാധകമാവുന്ന രണ്ട് സന്ദർഭങ്ങളുണ്ട്.

1. സപ്ലൈയർ രജിസ്റ്റർ ചെയ്ത ആളല്ലാതായിരിക്കുക.
2. സപ്ലൈ ചെയ്യപ്പെടുന്ന ചരക്കുകളും സേവനങ്ങളും ഇതുമായി ബന്ധപ്പെട്ട് കൗൺസിൽ നിർദ്ദേശിച്ചിട്ടുള്ള പ്രത്യേക വിഭാഗത്തിലുള്ളതായിരിക്കുക.

റിവേഴ്സ് ചാർജ് ബാധകമാവുന്ന സന്ദർഭങ്ങളിൽ സപ്ലൈയർക്ക് നിയമം നിർദ്ദേശിക്കുന്ന യാതൊരു കാര്യങ്ങളും ബാധകമാവുകയില്ല. എന്നാൽ ഏതെങ്കിലും ചരക്കോ സേവനമോ, സപ്ലൈ ചെയ്യുന്നത് ആ വ്യക്തിയുടെ വ്യാപാരത്തിന്റെ അഭിവൃദ്ധിയുമായി ബന്ധപ്പെട്ടതല്ലെങ്കിൽ അത്തരം സന്ദർഭങ്ങളിൽ സ്വീകർത്താവിന് നികുതിഭാരം ഉണ്ടാവുന്നതല്ല. ഉദാ: സ്വന്തമാവശ്യത്തിനുള്ള സ്വർണാഭരണങ്ങൾ ഒരു വ്യക്തി ഏതെങ്കിലും ജൂവലറിയിൽ വില്പന നടത്തിയാൽ അവിടെ ഈ സമ്പ്രദായപ്രകാരമുള്ള നികുതിബാധ്യത ഉണ്ടാവുന്നില്ല.

റിവേഴ്സ് ചാർജ് സമ്പ്രദായം അനുസരിച്ച് നികുതി അടയ്ക്കേണ്ട സപ്ലൈയിൽ ഉൾപ്പെടുന്ന ചരക്കുകളുടെയും സേവനങ്ങളുടേയും മൂല്യം സ്വീകർത്താവിന്റെ മൊത്തം വിറ്റുവരവ് തുകയിൽ ഉൾപ്പെടുന്നതല്ല. (നിയമം 2(6)).

രജിസ്റ്റർ ചെയ്യാത്ത ഒരു വ്യക്തിയിൽ നിന്നും പ്രതിദിനം 5000 രൂപയിൽ താഴെയുള്ള മൂല്യമുള്ള ചരക്കുകളോ സേവനങ്ങളോ വാങ്ങുന്ന സപ്ലൈയിൽ റിവേഴ്സ് ചാർജ് സമ്പ്രദായപ്രകാരമുള്ള നികുതിബാധ്യത ഉണ്ടാകുന്നതല്ല.

റിവേഴ്സ് ചാർജ് സമ്പ്രദായപ്രകാരം നികുതി അടയ്ക്കേണ്ട ഒരാൾ, രജിസ്റ്റർ ചെയ്യാത്ത വ്യക്തിയിൽ നിന്നും അയാൾ സ്വീകരിച്ച ചരക്കുകൾക്കും മൂല്യങ്ങൾക്കുമായി ഒരു ടാക്സ് ഇൻവോയിസും പണം നൽകിയതിന്റെ വൗച്ചറും നൽകേണ്ടതാണ്.

വിദേശത്തു നിന്നും ലഭ്യമാകുന്ന സേവനങ്ങളുടെ സപ്ലൈയിൽ സ്വീകർത്താവ് രജിസ്റ്റർ ചെയ്യുകയും റിവേഴ്സ് ചാർജ് സമ്പ്രദായപ്രകാരം നികുതി (IGST) അടയ്ക്കേണ്ടതുമാണ്. എന്നാൽ രജിസ്റ്റർ ചെയ്യാത്തതും നികുതിദായകൻ അല്ലാത്തവരുമായ സ്വീകർത്താക്കൾക്ക് ഓൺലൈൻ ആക്സസ് ആന്റ് ഡാറ്റാബേസ് അല്ലെങ്കിൽ റിട്രീവൽ സേവനങ്ങൾ നൽകുന്നവരുമായ വിദേശികൾ നികുതിയടയ്ക്കാൻ ബാദ്ധ്യസ്ഥരാണ്.

റിവേഴ്സ് ചാർജ് സമ്പ്രദായപ്രകാരം നികുതി അടയ്ക്കേണ്ടവർക്ക് ഇളവ് പരിധിയായി നിശ്ചയിച്ചിരിക്കുന്ന 20 ലക്ഷം/10 ലക്ഷം രൂപയുടെ ആനുകൂല്യം ലഭ്യമാകുന്നതല്ല.

റിവേഴ്സ് ചാർജ് സമ്പ്രദായപ്രകാരം നികുതി അടയ്ക്കേണ്ടയാൾ നികുതിത്തുക ഇലക്ട്രോണിക് ക്യാഷ് ലഡ്ജർ മുഖാന്തിരമാണ് അടയ്ക്കേണ്ടത്. അവർക്ക് ഇൻപുട്ട് ടാക്സ് ക്രെഡിറ്റിന്റെ ആനുകൂല്യം പ്രയോജനപ്പെടുത്താൻ കഴിയുന്നതല്ല. എന്നാൽ അങ്ങനെ സ്വീകരിച്ച സേവനം വ്യാപാരത്തിന്റെ അഭിവൃദ്ധിക്കായി മാത്രം ഉപയോഗിക്കുന്നവർക്ക് ആ സൗകര്യം ലഭ്യമാണ്.

GSTR 1 എന്ന റിട്ടേണിന്റെ പട്ടിക 4B യിൽ ഇതിലുള്ള വിവരങ്ങളെല്ലാം നൽകേണ്ടതാണ്.

റിവേഴ്സ് ചാർജ് സമ്പ്രദായപ്രകാരം നികുതി അടയ്ക്കേണ്ട ചരക്കുകളെപ്പറ്റി നോട്ടിഫിക്കേഷൻ 4/2017 C.T (Rate) തിയതി 28.6.2017ന്റെ പട്ടികയിൽ കൊടുത്തിട്ടുണ്ട്.

അതിൻപ്രകാരം താഴെപ്പറയുന്ന ചരക്കുകളുടെ സപ്ലൈയിൽ ഈ സമ്പ്രദായപ്രകാരമാണ് നികുതി അടയ്ക്കേണ്ടത്.

1. കശുവണ്ടി (Cashew nuts) തോട് മാറ്റാത്തത്
2. ബീഡിയില (tendu)
3. പുകയില (tobacco leaves)
4. സിൽക്ക് നൂൽക്കെട്ട്
5. ലോട്ടറി വില്പന
6. കൃഷിക്കാരിൽനിന്നും വാങ്ങുന്ന അസംസ്കൃത പഞ്ഞി

സേവനങ്ങളുടെ സപ്ലൈയിൽ 28.6.2017ൽ പുറപ്പെടുവിച്ച നോട്ടിഫിക്കേഷൻ 12/2017-CT (Rate)ൽ ഉൾപ്പെട്ട പട്ടികയിൽ വിശദമാക്കിയിരിക്കുന്നവയ്ക്കാണ് ഈ സമ്പ്രദായപ്രകാരം നികുതി അടയ്ക്കേണ്ടത്. സീനിയർമാരുൾപ്പെടെയുള്ള അഭിഭാഷകർ, ആർബിട്രൽ ട്രിബ്യൂണൽ, സ്പോൺസർഷിപ്പ് സേവനങ്ങൾ, സർക്കാർ വാടകയ്ക്ക് നൽകുന്ന സ്ഥാവരവസ്തുക്കൾ, പോസ്റ്റോഫീസ് വകുപ്പ് നൽകുന്ന പ്രത്യേക സേവനങ്ങൾ, കമ്പനികളുടെ ഡയറക്ടർമാർ, ഇൻഷുറൻസ് ഏജന്റ്, റിക്കവറി ഏജന്റ്, ഗ്രന്ഥകർത്താക്കൾ, സംഗീത സംവിധായകർ, ഫോട്ടോഗ്രാഫർമാർ, കലാകാരന്മാർ തുടങ്ങിയ സേവനങ്ങളെല്ലാം അവയിൽപ്പെടുന്നവയാണ്.

നിയമത്തിന്റെ 9(5) വകുപ്പ് പ്രകാരം ഇലക്ട്രോണിക് കമേഴ്സ് ഓപ്പറേറ്റർമാർ മുഖാന്തിരം സപ്ലൈ ചെയ്യുന്ന ചില പ്രത്യേക സേവനങ്ങൾക്ക് സേവനദാതാവോ സ്വീകർത്താവോ അല്ലാതെ ഇലക്ട്രോണിക് കമേഴ്സ് ഓപ്പറേറ്റർമാർ തന്നെ നികുതി അടയ്ക്കേണ്ട ബാധ്യതയാണുള്ളത്. ഇത് സംബന്ധമായി 28.6.2017ൽ ഇറക്കിയ 17/2017 CT (Rate) എന്ന നോട്ടിഫിക്കേഷൻ പ്രകാരം താഴെപ്പറയുന്ന സേവനങ്ങളെ അത്തരത്തിൽപ്പെടുത്തിയിരിക്കുന്നു.

1. റേഡിയോ–ടാക്സി, മോട്ടോർ ക്യാബ്, മാക്സി ക്യാബ്, മോട്ടോർ സൈക്കിൾ എന്നിവയുടെ യാത്രക്കാർക്കായി നൽകുന്ന ഗതാഗതസൗകര്യങ്ങൾ.
2. നിയമത്തിന്റെ 22 (1) വകുപ്പുപ്രകാരം രജിസ്റ്റർ ചെയ്യാൻ ബാധ്യതപ്പെട്ട ഇലക്ട്രോണിക് കമേഴ്സ് ഓപ്പറേറ്റർമാരല്ലാതെയുള്ളവർ നൽകുന്ന ഹോട്ടൽ, സത്രങ്ങൾ, ഗസ്റ്റ്ഹൗസുകൾ, ക്ലബ്ബുകൾ, ക്യാമ്പ് സൈറ്റുകൾ, അല്ലെങ്കിൽ താമസിക്കാനോ തങ്ങാനോ ഇടം നൽകുന്ന വ്യാപാരസ്ഥലങ്ങൾ എന്നിവിടങ്ങളിൽ താമസസൗകര്യങ്ങൾ ഏർപ്പെടുത്തൽ.

GST നിയമപ്രകാരം സൂക്ഷിക്കേണ്ട കണക്കുകളും രേഖകളും

ചരക്ക് സേവന നികുതി നിയമത്തിന്റെ 35-ാം വകുപ്പ് ഇതു സംബന്ധമായി തയ്യാറാക്കി സൂക്ഷിക്കേണ്ടുന്ന കണക്കുകളുടെയും മറ്റും രേഖകളെപ്പറ്റി നിർദ്ദേശിച്ചിരിക്കുന്നു. ഇതുപ്രകാരം ഏതൊരു ബിസിനസ്സിന്റേയും കണക്കുകളും ബന്ധപ്പെട്ട രേഖകളും ആ ബിസിനസ്സിന്റെ ആസ്ഥാനത്തുതന്നെ സൂക്ഷിക്കേണ്ടതാണ്. ഒന്നിൽ കൂടുതൽ സ്ഥലങ്ങളിൽ ബിസിനസ്സ് സ്ഥാപനങ്ങളുണ്ടെങ്കിൽ അതാതിടങ്ങളിലെ കണക്കുകളെ സംബന്ധിച്ച രേഖകൾ അതാതിടത്തുതന്നെ സൂക്ഷിക്കേണ്ടതാണ്. ഇത്തരത്തിൽ സൂക്ഷിക്കേണ്ടതായ രേഖകൾ ഇനി പറയുന്നവയാണ്.

1. ചരക്കുകളുടെ ഉല്പാദനം/നിർമ്മാണം
2. സ്വീകരിക്കുന്നതും സപ്ലൈ ചെയ്യുന്നതുമായ ചരക്കുകളും സേവനങ്ങളും.
3. ചരക്കുകളുടെ സ്റ്റോക്ക്.
4. പ്രയോജനപ്പെടുത്തിയ ഇൻപുട്ട് ടാക്സ് ക്രെഡിറ്റ്.
5. അടയ്ക്കേണ്ടതും അടച്ചതുമായ നികുതി.
6. ഈ നിയമപ്രകാരം നിർദ്ദേശിച്ചിട്ടുള്ള മറ്റു രേഖകൾ.

ഓരോ രജിസ്റ്റേർഡ് വ്യക്തികളും കണക്കുകളും രേഖകളും അതാതുവർഷത്തെ വാർഷിക റിട്ടേൺ സമർപ്പിക്കേണ്ട തീയതി മുതൽ 72 മാസക്കാലംവരെ സൂക്ഷിക്കേണ്ടതാണ്. എന്നാൽ അപ്പീൽ ഉൾപ്പെടെ മറ്റെന്തെങ്കിലും നടപടികളിലുൾപ്പെട്ടിട്ടുള്ളവയുടെ കാര്യത്തിൽ അത്തരം നടപടികളെല്ലാം പൂർത്തിയായിക്കഴിഞ്ഞ് ഒരു വർഷംകൂടി ഇവയെല്ലാം സൂക്ഷിച്ചുവയ്ക്കേണ്ടതാണ്.

നിശ്ചിതവാർഷിക വിറ്റുവരവിൽ കൂടുതലുള്ള രജിസ്റ്റേർഡ് വ്യക്തികൾ അവരുടെ അക്കൗണ്ടുകൾ ഒരു ചാർട്ടേർഡ് അക്കൗണ്ടന്റിനേയോ കോസ്റ്റ് അക്കൗണ്ടന്റിനെയോ കൊണ്ട് ആഡിറ്റ് ചെയ്യിക്കേണ്ടതും വകുപ്പ് 44(2)ൽ പറഞ്ഞിട്ടുള്ള പ്രകാരം ഒരു reconciliation statement ഉം ആഡിറ്റ് ചെയ്ത വാർഷിക കണക്കുകളുടെ പകർപ്പും സമർപ്പിക്കേണ്ടതാണ്.

ഈ നിയമപ്രകാരം രേഖകൾ സൂക്ഷിക്കാത്ത വ്യക്തികളുടെ നികുതി ബാധ്യത നിയമത്തിന്റെ വകുപ്പ് 73ലോ 74ലോ നിർദ്ദേശിച്ചിരിക്കുന്നതുപ്രകാരം ബന്ധപ്പെട്ട ഉദ്യോഗസ്ഥൻ നിർണയിക്കുന്നതായിരിക്കും.

ഒരു വ്യാപാരത്തിലുള്ള ഓരോതരം പ്രവൃത്തിക്കും അതിന്റേതായ രേഖകൾ സൂക്ഷിക്കേണ്ടതാണ്. നിർമ്മാണം/ഉല്പാദനം, സേവനം, കയറ്റുമതി, ഇറക്കുമതി തുടങ്ങിയവയിലെല്ലാം പ്രത്യേകം പ്രത്യേകം രേഖകൾ ആവശ്യമാണ്.

അതുപോലെ മുൻകൂറായി വാങ്ങുന്ന തുക അവയിൽ തുടർന്ന് തട്ടിക്കിഴിക്കുന്നത് മുതലായവയെല്ലാം രേഖകളാക്കി സൂക്ഷിക്കേണ്ടതാണ്.

സപ്ലൈ നൽകിയ വ്യക്തികളുടെ പൂർണവിവരങ്ങളോടൊപ്പം സ്വീകരിച്ച ചരക്കുകളുടെയും സേവനങ്ങളുടെയും സപ്ലയറുടെ വിവരങ്ങളും രേഖകളിൽ സൂക്ഷിക്കേണ്ടതാണ്.

ചരക്കുകൾ സൂക്ഷിക്കുന്ന ഗോഡൗണുകളുടെ സമ്പൂർണ വിവരങ്ങൾ രേഖപ്പെടുത്തിവയ്ക്കേണ്ടതാണ്.

സൂക്ഷിച്ചുവയ്ക്കുന്ന രേഖകളിൽ കൃത്യമായ സാക്ഷ്യപത്രത്തോടെയല്ലാതെ യാതൊരുവിധ തിരുത്തും നടത്താൻ പാടുള്ളതല്ല.

കരാർ ജോലിയിൽ ഏർപ്പെട്ടിട്ടുള്ളവർ, ഓരോ കരാറിനും അനുസരിച്ചുള്ള ജോലികളുടെ പ്രത്യേകം പ്രത്യേകം കണക്കുകൾ സൂക്ഷിക്കേണ്ടതാണ്.

ഇതു സംബന്ധമായുള്ള ചട്ടം 56(15) പ്രകാരം ശരിയായവിധം backup ഉള്ള ഇലക്ട്രോണിക് സംവിധാനപ്രകാരം സൂക്ഷിക്കേണ്ടതാണ്.

നികുതി ഇൻവോയ്സും ക്രെഡിറ്റും ഡെബിറ്റും നോട്ടുകളും

ചരക്കു സേവന നികുതി നിയമത്തിന്റെ 31(1) വകുപ്പുപ്രകാരം നികുതിവിധേയമായ ചരക്കുകൾ സപ്ലൈ ചെയ്യുന്ന ഒരു രജിസ്റ്റേർഡ് വ്യക്തി സപ്ലൈയുടെ ഭാഗമായി സ്വീകർത്താവ് ചരക്കുകൾ നീക്കം ചെയ്യുന്ന അവസരത്തിലോ അതിന് മുമ്പായോ അല്ലെങ്കിൽ സ്വീകർത്താവിനു അവ എത്തിച്ചുകൊടുക്കുകയോ മറ്റേതെങ്കിലും വിധത്തിൽ ലഭ്യമാക്കുകയോ ചെയ്യുമ്പോഴോ അതിന് മുമ്പായോ, അവയെ സംബന്ധിച്ച വിവരണം, അളവ്, മൂല്യം, ചുമത്തിയ നികുതി തുടങ്ങിയ എല്ലാ വിവരങ്ങളും ഉൾപ്പെടുന്ന ടാക്സ് ഇൻവോയ്സ് തയ്യാറാക്കി നൽകേണ്ടതാണ്.

ഇതുപോലെ നിയമം 31(2) വകുപ്പുപ്രകാരം സേവനങ്ങളുടെ സപ്ലൈയ്ക്ക് മുമ്പോ അതിനുശേഷം നിശ്ചിതസമയത്തിനകമോ ഇതു സംബന്ധമായ എല്ലാ വിവരങ്ങളും ഉൾപ്പെടുത്തി Tax invoice നൽകേണ്ടതാണ്.

ടാക്സ് ഇൻവോയ്സിൽ ഉൾപ്പെടുത്തേണ്ട കാര്യങ്ങൾ ഏതെല്ലാമെന്ന് CGSTചട്ടങ്ങളുടെ 46-ാം ചട്ടത്തിൽ തന്നെ വ്യക്തമാക്കിയിട്ടുണ്ട്.

സപ്ലൈയുടെ സ്വീകർത്താവ് രജിസ്ട്രേർഡ് വ്യക്തി അല്ലാതിരിക്കുകയും അയാൾക്ക് ഇൻവോയ്സ് ആവശ്യമില്ലാതിരിക്കുകയും ചെയ്യുന്ന സന്ദർഭങ്ങളിൽ അത്തരത്തിലുള്ള സപ്ലൈകളുടെ ഒരു ദിവസത്തെ മൊത്തം വിവരങ്ങൾ ഉൾക്കൊള്ളുന്ന ഒറ്റ നികുതി ഇൻവോയ്സ് തയ്യാറാക്കിയാൽ മതിയാകും.

CGSTചട്ടങ്ങളുടെ 47-ാം ചട്ടത്തിൻ പ്രകാരം സേവനങ്ങളുടെ സപ്ലൈയ്ക്ക് ശേഷം 30 ദിവസത്തിനകം ഇൻവോയ്സ് നൽകേണ്ടതാണ്.

ചരക്കുകളുടെ സപ്ലൈയിൽ ഇൻവോയ്സ് തയ്യാറാക്കുമ്പോൾ അതിൽ മൂന്നെണ്ണമുണ്ടായിരിക്കണം. ആദ്യത്തേത് ഒറിജിനൽ എന്ന് അടയാളപ്പെടുത്തി സ്വീകർത്താവിന് നൽകണം.

രണ്ടാമത്തേത് ഡ്യൂപ്ലിക്കേറ്റ് എന്ന് അടയാളപ്പെടുത്തി ചരക്ക് കൊണ്ടുപോകുന്ന വാഹനത്തോടൊപ്പം സൂക്ഷിക്കണം.

മൂന്നാമത്തേത് ട്രിപ്ലിക്കേറ്റ് എന്ന് അടയാളപ്പെടുത്തി സപ്ലൈയർ സൂക്ഷിക്കണം.

സേവനങ്ങളുടെ സപ്ലൈയിൽ ഇൻവോയ്സ് രണ്ടെണ്ണം മതിയാകും. ആദ്യത്തേത് ഒറിജിനൽ എന്ന് അടയാളപ്പെടുത്തി സ്വീകർത്താവിന് നൽകേണ്ടതും രണ്ടാമത്തേത് ഡ്യൂപ്ലിക്കേറ്റ് എന്ന് അടയാളപ്പെടുത്തി സപ്ലൈയർ സൂക്ഷിക്കേണ്ടതുമാണ്.

ഈ ഇൻവോയ്സുകൾ തുടർച്ചയായ ക്രമനമ്പറിൽ ഉള്ളതും അത് GSTR1 എന്ന ഫോറത്തിലുള്ള റിട്ടേണിൽ കോമൺ പോർട്ടലിൽ സമർപ്പിക്കേണ്ടതുമാണ്.

CGSTചട്ടങ്ങളുടെ 49ഉം 50ഉം ചട്ടങ്ങളിൽ നിർദ്ദേശിച്ചിട്ടുള്ള പ്രകാരമാണ് ബിൽ ഓഫ് സപ്ലൈ(Bill of Supply)യും വൗച്ചർ രസീതും തയ്യാറാക്കേണ്ടത്.

സപ്ലൈ ചെയ്ത ചരക്കുകളുടേയോ, സേവനങ്ങളുടേയോ മൂല്യം ഇരുന്നൂറു രൂപയിൽ താഴെയാണെങ്കിൽ ടാക്സ് ഇൻവോയ്സ് നൽകേണ്ടതില്ല. (വകുപ്പ് 31 (3))

നികുതിവിധേയമല്ലാത്ത ചരക്കുകളുടേയോ സേവനങ്ങളുടേയോ സപ്ലൈ നടത്തുന്നയാൾ ടാക്സ് ഇൻവോയിസിന് പകരം ബിൽ ഓഫ് സപ്ലൈ നൽകിയാൽ മതിയാവും. അത്തരം സന്ദർഭങ്ങളിലും മൂല്യം 200 രൂപയിൽ താഴെയാണെങ്കിൽ ബിൽ ഓഫ് സപ്ലൈ നൽകേണ്ടതില്ല.

എന്നാൽ ചരക്കോ സേവനമോ സ്വീകരിക്കുന്ന വ്യക്തികൾ ആവശ്യപ്പെട്ടാൽ മൂല്യം 200 രൂപയിൽ താഴെയാണെങ്കിലും ഇവ നൽകേണ്ടതാണ്.

ചരക്കുകളോ സേവനങ്ങളോ രണ്ടും കൂടിയോ സപ്ലൈ ചെയ്യുന്നതുമായി ബന്ധപ്പെട്ട് മുൻകൂറായി പണം നൽകുന്ന വ്യക്തികൾക്കോ സ്ഥാപനങ്ങൾക്കോ ടാക്സ് ഇൻവോയിസിന് പകരം രസീത് വൗച്ചറോ, അതുപോലുള്ള മറ്റു രേഖകളോ നൽകേണ്ടതാണ്. അത്തരം സന്ദർഭങ്ങളിൽ പിന്നീട് സപ്ലൈ നടന്നില്ലെങ്കിൽ

മുൻകൂറായി സ്വീകരിച്ച തുകയ്ക്ക് പകരമായി ഒരു റീഫണ്ട് വൗച്ചർ നൽകേണ്ടതാണ്.

റിവേഴ്സ് ചാർജ് പദ്ധതിപ്രകാരം 9(3) & 9(4) നികുതി അടയ്ക്കേണ്ട രജിസ്റ്റേഡ് ആയ സ്വീകർത്താവ്, സപ്ലൈയർ അന്നേരം രജിസ്ട്രേഡ് അല്ലെങ്കിൽകൂടി ടാക്സ് ഇൻവോയ്സ് നൽകേണ്ടതാണ്.

തുടർച്ചയായ സപ്ലൈ നടക്കുന്ന കാര്യങ്ങളിൽ അക്കൗണ്ട് സ്റ്റേറ്റ്മെന്റോ, പണമടയ്ക്കലോ നടക്കുന്ന രീതിയിൽ ഇൻവോയ്സ് നൽകേണ്ടതാണ്.

ആദ്യം നൽകിയ ഇൻവോയ്സിന് ബദലായി മാറ്റങ്ങൾ വരുത്തിയ മറ്റൊരു ഇൻവോയ്സ് നൽകാവുന്നതാണ്.

രജിസ്റ്റർ ചെയ്യപ്പെടാത്ത യാതൊരാളും ടാക്സ് ഇൻവോയ്സ് തയ്യാറാക്കി നൽകാൻ പാടുള്ളതല്ല. യഥാസമയം രജിസ്ട്രേഷന് അപേക്ഷ നൽകിയ വ്യക്തിക്ക് രജിസ്ട്രേഷൻ സർട്ടിഫിക്കറ്റ് ലഭിക്കുന്നതുവരെ സമാഹരിക്കാൻ ബാധ്യതയുണ്ടായിരുന്ന നികുതികൾക്കായി അധികമായി പണം സ്വീകരിക്കാനുള്ള ഇൻവോയ്സ് നൽകാവുന്നതാണ്.

ഒരു സപ്ലൈയർ ടാക്സ് ഇൻവോയ്സ് തയ്യാറാക്കി നൽകിയതിന് ശേഷം അതിൽ രേഖപ്പെടുത്തിയ മൂല്യമോ, ചുമത്തപ്പെട്ട നികുതിയോ കൂടുതലായിപ്പോയതായി കാണുകയോ അല്ലെങ്കിൽ അയാൾ സപ്ലൈ ചെയ്തവയിൽ കുറവു കാണുകയോ, മടക്കി അയയ്ക്കുകയോ ഒക്കെ ചെയ്യുന്ന സന്ദർഭങ്ങളിൽ അയാൾക്ക് ഇത് സംബന്ധമായ പൂർണ്ണ വിവരങ്ങൾ ഉൾപ്പെടുത്തിയുള്ള ക്രെഡിറ്റ് നോട്ട് തയ്യാറാക്കി നൽകാവുന്നതാണ്. (വകുപ്പ് 34)

എന്നാൽ നികുതിസംബന്ധമായ ബാധ്യത മറ്റൊരാൾക്ക് കൈമാറ്റം ചെയ്തുകഴിഞ്ഞാൽ അതുസംബന്ധമായി ക്രെഡിറ്റ് നോട്ട് നൽകാൻ കഴിയുന്നതല്ല.

ഒരു സപ്ലൈയർ ടാക്സ് ഇൻവോയ്സ് തയ്യാറാക്കി നൽകിയതിന് ശേഷം അതിൽ രേഖപ്പെടുത്തിയ മൂല്യമോ ചുമത്തപ്പെട്ട നികുതിയോ കുറവായിപ്പോയതായി കാണുന്നപക്ഷം അയാൾക്ക് അതിലുള്ള പൂർണവിവരങ്ങൾ ഉൾപ്പെടുത്തി ഒരു ഡെബിറ്റ് നോട്ട് തയ്യാറാക്കി നൽകാവുന്നതാണ്.

ഇൻപുട്ട് ടാക്സ് ക്രെഡിറ്റ്

ചരക്ക് സേവനനികുതി നിയമത്തിന്റെ 16(1) വകുപ്പ് പ്രകാരം നികുതി ദായകനായ ഓരോ രജിസ്റ്റേർഡ് വ്യക്തിക്കും ചരക്കുകളിലും സേവനങ്ങളിലും അയാൾക്ക് നൽകേണ്ടിവന്ന നികുതിത്തുക ക്രെഡിറ്റായി എടുക്കാവുന്നതും അയാൾ നൽകേണ്ടതായി വരുന്ന നികുതിയിൽ ഈ തുക തട്ടിക്കിഴിക്കാവുന്നതുമാണ്. അങ്ങനെ നികുതിത്തുകയിൽ പ്രയോജനപ്പെടുത്തേണ്ടതെങ്ങനെയെന്ന് നിയമത്തിന്റെ 49-ാം വകുപ്പിൽ പ്രതിപാദിച്ചിട്ടുണ്ട്. ഈ തുക അയാൾക്കുള്ള ഇലക്ട്രോണിക് ക്രെഡിറ്റ് ലഡ്ജറിലാണ് ക്രെഡിറ്റ് ചെയ്യപ്പെടുന്നത്.

നികുതിനിയമത്തിന്റെ 16(2) വകുപ്പ് പ്രകാരം ഇനിപ്പറയുന്ന ചരക്കുകളുടെയോ സേവനങ്ങളുടെയോ സപ്ലൈയിൽ ഉള്ളവയ്ക്കാണ് അവ ലഭ്യമാകുന്നത്.

1. സപ്ലൈയർ നൽകിയ ഇൻവോയിസോ ഡെബിറ്റ് നോട്ടോ കൈവശമുണ്ടായിരിക്കണം.
2. ചരക്കുകളും സേവനങ്ങളും സ്വീകരിച്ചിരിക്കണം.
3. ഈ സപ്ലൈയുമായി ബന്ധപ്പെട്ട് ഈടാക്കിയ നികുതി സർക്കാരിലേക്ക് അടച്ചിരിക്കണം.
4. വകുപ്പ് 39ൽ നിർദ്ദേശിച്ചിരിക്കുന്ന പ്രകാരമുള്ള റിട്ടേൺ സമർപ്പിച്ചിരിക്കണം.

തവണകളായി ലഭിച്ചിട്ടുള്ള ചരക്കുകളുടെയും സേവനങ്ങളുടേയും മേൽ ചുമത്തിയിട്ടുള്ള നികുതിയുടെ ക്രെഡിറ്റ് അവസാനത്തെ തവണയിലുള്ളവ കൂടി ലഭ്യമായതിന് ശേഷം മാത്രമേ എടുക്കാൻ പാടുള്ളൂ. (16(2))

സപ്ലൈയർക്ക് നികുതിയുൾപ്പെടെ നൽകാനുള്ള തുക സ്വീകർത്താവ് 180 ദിവസത്തിനകം നൽകിയില്ലെങ്കിൽ ക്രെഡിറ്റ് എടുത്ത തുക പലിശസഹിതം തിരിച്ചടയ്ക്കേണ്ടതാണ്.

ആദായനികുതി നിയമപ്രകാരം ക്യാപിറ്റൽ ഗുഡ്സ്, പ്ലാന്റ്, മെഷിനറി എന്നിവയിൽ നിന്നും തേയ്മാന ആനുകൂല്യമായി (depreciation allowance) പരിഗണിച്ച തുക ഇൻപുട്സ് ടാക്സ് ക്രെഡിറ്റായി എടുക്കാൻ പാടുള്ളതല്ല. (16(3))

ഓരോ ഇടപാടിലും ഉള്ള നികുതിയുടെ ക്രെഡിറ്റ് അതാത് സാമ്പത്തിക വർഷാവസാനത്തിന് ശേഷം വരുന്ന സെപ്തംബർ മാസത്തിലെ റിട്ടേണോ, വാർഷികറിട്ടേണോ ഏതാണോ ആദ്യം സമർപ്പിക്കുന്നത് അതിന് മുൻപായി എടുക്കേണ്ടതാണ് (16(4)). എന്നാൽ വകുപ്പ് (18(2)) പ്രകാരം ഒരോ ഇൻവോയിസിന്മേലുള്ള ക്രെഡിറ്റിനുള്ള സമയപരിധി ഒരു വർഷമാണ്.

ഒരു രജിസ്റ്റേർഡ് വ്യക്തി അയാൾക്ക് കിട്ടിയ ചരക്കുകളിലും സേവനങ്ങളിലും നിന്ന് അയാളുടെ വ്യാപാരത്തിനല്ലാതെ മറ്റാവശ്യങ്ങൾക്ക് കൂടി ഉപയോഗിക്കുകയാണെങ്കിൽ, വ്യാപാരാവശ്യത്തിനായി മാത്രം ഉപയോഗിച്ചവയിൽ ബാധകമായ നികുതിഭാഗം മാത്രമേ ക്രെഡിറ്റായി എടുക്കാൻ പാടുള്ളൂ. (17(1))

നികുതിവിധേയമാകാത്ത വിതരണത്തിനും പൂജ്യം നിരക്ക് ഉൾപ്പെടെയുള്ള നികുതിബാധകമായ വിതരണത്തിനും ഒന്നിച്ചാണ് ഒരു രജിസ്റ്റേർഡ് വ്യക്തി അയാൾക്ക് ലഭിച്ച ചരക്കുകളും സേവനങ്ങളും ഉപയോഗിക്കുന്നതെങ്കിൽ പൂജ്യം നിരക്ക് ഉൾപ്പെടെയുള്ള നികുതിക്ക് വിധേയമായവയുടെ മാത്രം നികുതി മാത്രമേ ക്രെഡിറ്റായി എടുക്കാൻ പാടുള്ളൂ. (17(2))

നിക്ഷേപങ്ങൾ സ്വീകരിക്കുക, വായ്പകളും അഡ്വാൻസുകളും നൽകുക തുടങ്ങിയ സേവനങ്ങൾ നൽകുന്നതിലേർപ്പെട്ടിട്ടുള്ള ബാങ്കിംഗ് കമ്പനികളും സാമ്പത്തികസ്ഥാപനങ്ങളും ഒന്നുകിൽ നികുതിവിധേയമാകാത്തവയുടെ മേൽ നൽകിയ നികുതി ഒഴിവാക്കിയുള്ള ഭാഗമോ അല്ലെങ്കിൽ അതാതുമാസം നൽകിയ നികുതിയുടെ പകുതിഭാഗമോ ക്രെഡിറ്റായി എടുക്കാവുന്നതാണ് (17(4)). ഇതിൽ ഏത് രീതിയാണോ ഒരിക്കൽ സ്വീകരിച്ചത് അത് ആ സാമ്പത്തിക വർഷം മുഴുവനും തുടരേണ്ടതാണ്. എന്നാൽ പകുതിഭാഗം എന്ന നിയന്ത്രണം ഒരേ പാൻ നമ്പറിലുള്ള രജിസ്റ്റേർഡ് വ്യക്തികൾക്ക് ബാധകമാകുന്നതല്ല.

വകുപ്പ് 17(5)ൽ ഇത്തരം ക്രെഡിറ്റ് എടുക്കുന്നതിനുള്ള നിയന്ത്രണവും നിരോധനവും ഏർപ്പെടുത്തിയിട്ടുള്ള ചരക്കുകളേയും സേവനങ്ങളേയും പ്രത്യേകം സൂചിപ്പിച്ചിട്ടുണ്ട്.

വകുപ്പ് 18(1) a പ്രകാരം ഒരാൾ നിയമപരമായി രജിസ്ട്രേഷന് അപേക്ഷിക്കുകയാണെങ്കിൽ അയാളുടെ കൈവശം ഉള്ള സ്റ്റോക്കുകളിലുള്ള അസംസ്കൃത വസ്തുക്കളുടേയും നിർമ്മാണം പൂർത്തിയായി സപ്ലൈ ചെയ്യാതിരിക്കുന്നവയിൽ ഉൾപ്പെട്ടവയുടേയും നികുതിയുടെ ക്രെഡിറ്റ് എടുക്കാവുന്നതാണ്. എന്നാൽ 30 ദിവസത്തിനകം രജിസ്ട്രേഷന് അപേക്ഷിക്കാത്തവർക്ക് ഈ ആനുകൂല്യം ലഭ്യമാകുന്നതല്ല.

യഥാസമയം അപേക്ഷ നൽകിയവർക്ക് രജിസ്ട്രേഷൻ ലഭിക്കുന്നതുവരെയുള്ള ഇടപാടിലുള്ള നികുതിക്കും ക്രെഡിറ്റ് ലഭ്യമാണ്.

കോമ്പോസിഷൻ രീതിയിൽ നിന്നും സാധാരണരീതിയിലേക്ക് മാറേണ്ടിവന്ന നികുതിദായകനും ഈ ആനുകൂല്യം ലഭ്യമാണ്.

ഒരു രജിസ്റ്റേർഡ് വ്യക്തി നൽകിയിരുന്ന ചരക്കുകളിലും സേവനങ്ങളിലും നികുതിബാധ്യത ഇല്ലാതിരിക്കുകയും പിന്നീട് നികുതിബാധ്യത ഉണ്ടാവുകയും ചെയ്താൽ അയാളുടെ കൈവശം ഉണ്ടായിരുന്ന സ്റ്റോക്കുകൾക്കും നിർമ്മാണത്തിൽ ഇരിക്കുന്നവയോ, പൂർത്തിയായവയോ ആയ ചരക്കുകളിലും സേവനങ്ങളിലും ഉൾപ്പെട്ടവയുടെ നികുതിയുടെ ക്രെഡിറ്റും മേൽപ്പറഞ്ഞവിധം എടുക്കാവുന്നതാണ്. (18(1)d)

ഒരു സ്ഥാപനം കൈമാറ്റം ചെയ്യപ്പെട്ടാൽ അതിന് മുൻപ് ഉപയോഗിക്കാതെ ക്രെഡിറ്റ് ലഡ്ജറിൽ സൂക്ഷിച്ചിരുന്നതിൽ ബാക്കി ഉണ്ടായിരുന്ന ക്രെഡിറ്റ് പുതിയ വ്യക്തിക്ക് കൈമാറാനും, അയാൾക്ക് അത് തുടർന്നുള്ള നികുതി ബാധ്യത ഒടുക്കുന്നതിന് പ്രയോജനപ്പെടുത്താനും കഴിയുന്നതാണ്. (18(3))

നികുതിബാധകമായിരുന്ന ചരക്കുകളും സേവനങ്ങളും പിന്നീട് നികുതിവിധേയമല്ലാതായി മാറിയാൽ അതുവരെ എടുത്ത ക്രെഡിറ്റിൽ ബാക്കിയായി കൈവശമുള്ളവയുടെ നികുതി തിരിച്ചടയ്ക്കേണ്ടതാണ്.

ജോബ് വർക്കിനായി അയച്ചിട്ടുള്ളവയുടെ ഇൻപുട്ട് ടാക്സ് ക്രെഡിറ്റ് ഉടമയ്ക്ക് എടുക്കാവുന്നതാണ്. ഇതിനായുള്ള ഇൻപുട്ടുകളോ, ക്യാപ്പിറ്റൽ ഗുഡ്സുകളോ ഉടമയുടെ പക്കൽ എത്താതെ ജോബ് വർക്കർക്ക് നേരിട്ട് എത്തിച്ചാലും അവയുടെ നികുതിത്തുക ക്രെഡിറ്റായി എടുക്കാവുന്നതാണ്.

ജോബ് വർക്കിനയയ്ക്കുമ്പോൾ അത്തരം ചരക്കുകളോടൊപ്പം നിർദ്ദിഷ്ടരീതിയിലുള്ള ചലാൻ തയ്യാറാക്കി നൽകേണ്ടതും ഉൾപ്പെടുത്തേണ്ടതുമാണ്.

എന്നാൽ ജോബ് വർക്ക് പൂർത്തിയാക്കി ഇൻപുട്ടുകൾ ഒരു വർഷത്തിനകവും ക്യാപ്പിറ്റൽ ഗുഡ്സുകൾ മൂന്നുവർഷത്തിനകവും ഉടമയുടെ പക്കൽ എത്തിയില്ലെങ്കിൽ അവ ജോബ് വർക്കർക്ക് സപ്ലൈ ചെയ്തതായി കണക്കാക്കുന്നതാണ്. ഉടമയുടെ പക്കൽ നിന്നാണ് അത് ജോബ് വർക്കറുടെ അടുത്തേക്ക് അയച്ചതെങ്കിൽ, അയച്ച ദിവസവും നേരിട്ടാണ് ജോബ് വർക്കറുടെ അടുത്തേക്ക് അയച്ചതെങ്കിൽ അയാൾ സ്വീകരിച്ച ദിവസവും ആണ് സപ്ലൈ ചെയ്ത തിയതിയായി കണക്കാക്കുന്നത്. ഇത്തരം സന്ദർഭങ്ങളിൽ ജോബ് വർക്കിനയച്ചപ്പോൾ തയ്യാറാക്കിയ ചലാൻ ഇൻവോയിസായി പരിഗണിക്കുന്നതാണ്.

നികുതി ഒടുക്കുന്ന രീതി

ഓരോ രജിസ്റ്റേർഡ് വ്യക്തിക്കും കോമൺ പോർട്ടലിൽ ഇലക്ട്രോണിക് ബാധ്യത രജിസ്റ്റർ, ഇലക്ട്രോണിക് ക്യാഷ് ലഡ്ജർ, ഇലക്ട്രോണിക് ക്രെഡിറ്റ് ലഡ്ജർ എന്നിവ GST ശൃംഖലയുടെ ഭാഗമായി ലഭ്യമാണ്.

വകുപ്പ് 49 (1) പ്രകാരം നികുതിദായകൻ പണമായി അടക്കേണ്ടിവരുന്ന നികുതിയും അനുബന്ധബാധ്യതകളും GST PMT 05 ഫോമിലുള്ള ഇലക്ട്രോണിക് ക്യാഷ് ലഡ്ജറിൽ ആണ് നിക്ഷേപിക്കപ്പെടുന്നത്. ഇതിനുള്ള തുക ഇന്റർനെറ്റ് ബാങ്കിംഗ്, ക്രെഡിറ്റ്/ഡെബിറ്റ് കാർഡുകൾ, NEFT/RTGS തുടങ്ങിയ ഏതെങ്കിലും മാർഗത്തിലോ, മാർഗങ്ങളിലോ കൂടി അയാളുടെ അക്കൗണ്ടിൽ നിന്നും അയാളുടെ ഇലക്ട്രോണിക് ക്യാഷ് ലഡ്ജറിൽ ക്രെഡിറ്റ് ചെയ്യപ്പെടേണ്ടതാണ്. ഇതിലുള്ള തുക നിയമത്തിന്റെ 49(3) വകുപ്പുപ്രകാരം നികുതിയുടേയും അനുബന്ധബാധ്യതകളുടേയും നേർക്ക് പ്രയോജനപ്പെടുത്തുന്നു.

അതുപോലെ 49(2) വകുപ്പുപ്രകാരം സ്വയം നിർണയിച്ചെടുക്കുന്ന ഇൻപുട്ട് നികുതിയുടെ ക്രെഡിറ്റ്, GST PMT 02 ഫോറത്തിലുള്ള ഇലക്ട്രോണിക് ക്രെഡിറ്റ് ലെഡ്ജറിൽ ക്രെഡിറ്റ് ചെയ്യപ്പെടുന്നു. 49 (4) പ്രകാരം ഈ തുക നികുതിയുടെ ബാധ്യതയിലേക്ക് മാത്രമായി പ്രയോജനപ്പെടുത്തുന്നതാണ്.

വകുപ്പ് 51 പ്രകാരം ഉദ്ഭവസ്ഥാനത്തുനിന്നും കിഴിച്ച തുകയും 52 പ്രകാരം സ്രോതസ്സിൽ നിന്നും പിരിച്ച തുകയും റിവേഴ്സ് ചാർജ് രീതിയിൽ അടയ്ക്കേണ്ടതും വകുപ്പ് 10 പ്രകാരമുള്ള കോമ്പോസിഷൻ രീതിയിൽ അടക്കേണ്ടതും കൂടാതെ മറ്റു അനുബന്ധ ബാധ്യതകൾക്കായി അടയ്ക്കേണ്ടതും ആയ തുകകളും ഇലക്ട്രോണിക് ക്യാഷ് രജിസ്റ്ററിൽ ക്രെഡിറ്റ് ചെയ്യത്തക്ക വിധം അടയ്ക്കേണ്ടതാണ്.

റിട്ടേൺ സമർപ്പിക്കുന്നതിനായി തയ്യാറാക്കുമ്പോൾ അടയ്ക്കേണ്ടതായി വരുന്ന തുക വ്യക്തിയുടെ ഇലക്ട്രോണിക് ബാധ്യതാ രജിസ്റ്ററിൽ നിന്നുമാണ് ഡെബിറ്റ് ചെയ്യപ്പെടുന്നത്. ഇതിനായുള്ള തുക പണമായുള്ളത് ഇലക്ട്രോണിക് ക്യാഷ് രജിസ്റ്ററിൽ നിന്നും ഇൻപുട്ട് ക്രെഡിറ്റായുള്ളത് ഇലക്ട്രോണിക് ക്രെഡിറ്റ് ലഡ്ജറിൽ നിന്നും ഡെബിറ്റ് ചെയ്ത് ഇലക്ട്രോണിക് ബാധ്യതാരജിസ്റ്ററിൽ ക്രെഡിറ്റ് ചെയ്യപ്പെടുന്നു. ഇതിൽ നിന്നും ഡെബിറ്റ് ചെയ്യപ്പെട്ടതിന് ശേഷമേ GST R3/3B, 4 എന്നീ റിട്ടേണുകളുടെ ഓൺലൈനായുള്ള സമർപ്പണം പൂർത്തിയാവുകയുള്ളൂ.

ഇലക്ട്രോണിക് ബാധ്യതാരജിസ്റ്ററിൽ എന്തെങ്കിലും അപാകത സംഭവിച്ചതായി കണ്ടാൽ GST PMT 04 എന്ന ഫോറത്തിലൂടെ ബന്ധപ്പെട്ട ഉദ്യോഗസ്ഥന്റെ ശ്രദ്ധയിൽ കൊണ്ടുവരേണ്ടതാണ്.

നികുതി നിർണ്ണയവും കണക്ക് പരിശോധനയും

ചരക്കുസേവന നികുതി നിയമപ്രകാരം ഓരോ രജിസ്റ്റേർഡ് വ്യക്തിയും അയാൾ നൽകേണ്ടതായ നികുതി എത്രയാണെന്ന് സ്വയം നിർണയം നടത്തി റിട്ടേൺ സമർപ്പിക്കേണ്ടതാണ്.

അപ്രകാരം സ്വയം നിർണയം നടത്തുന്നതിന് പ്രയാസമുള്ള സന്ദർഭങ്ങളിൽ, അതിനുള്ള കാരണങ്ങൾ വെളിപ്പെടുത്തി ബന്ധപ്പെട്ട അധികാരിക്ക് രേഖാമൂലം അപേക്ഷ നൽകണം. എന്നിട്ട് താൽകാലികമായി മൂല്യനിർണയം നടത്താനുള്ള അനുവാദം തേടാവുന്നതാണ്. അങ്ങനെയുള്ള അപേക്ഷയിൽ ബന്ധപ്പെട്ട ഉദ്യോഗസ്ഥൻ ഇതു സംബന്ധമായി നിർദ്ദേശിച്ചിരിക്കുന്ന രീതിയിൽ പറഞ്ഞിരിക്കുന്നതുപോലെ മൂല്യവും നികുതി നിരക്കും നിശ്ചയിച്ച് ഒരു ഉത്തരവിറക്കേണ്ടതാണ്. അതിൻപ്രകാരം നികുതി നിർണയം നടത്തി നികുതി ബാധ്യത തീർക്കേണ്ടതുമാണ്. ഇതിലേക്കാവശ്യമായി നികുതിദായകനായ വ്യക്തി ബന്ധപ്പെട്ട ഉദ്യോഗസ്ഥൻ നിർദ്ദേശിക്കുന്നതിനനുസരിച്ച് Surety അല്ലെങ്കിൽ Security ഉള്ള ബോണ്ട് സമർപ്പിക്കേണ്ടതാണ്. അപ്രകാരം പൂർണമായ മൂല്യനിർണയം നടത്തുമ്പോഴുണ്ടാകുന്ന നികുതിയുടെ ബാധ്യത അയാളിൽ നിക്ഷിപ്തമാകുന്നതാണ്.

ഇപ്രകാരം താൽക്കാലിക മൂല്യനിർണയം നടത്തി നികുതി അടയ്ക്കാൻ അനുവദിക്കപ്പെട്ടവയിൽ അങ്ങനെയുള്ള ഉത്തരവ് പുറപ്പെടുവിച്ച് ആറുമാസത്തിനകം സാധാരണമായ രീതിയിലുള്ള മൂല്യനിർണയം നടത്തേണ്ടതാണ്. എന്നാൽ മതിയായ കാരണങ്ങൾ കാണിച്ചുകൊണ്ട് അപേക്ഷ സമർപ്പിച്ചാൽ ജോയിന്റ്/അഡീഷണൽ കമ്മീഷണർക്ക് ഈ സമയപരിധി മറ്റൊരു ആറുമാസത്തേക്കുകൂടി നീട്ടാവുന്നതാണ്. എന്നാൽ അർഹമാണെന്ന് കാണുന്നപക്ഷം

കമ്മീഷണർക്ക് ഈ സമയപരിധി പരമാവധി നാലു വർഷം എന്ന കണക്കിൽ എത്രകാലത്തേക്ക് വേണമെങ്കിലും നീട്ടി നൽകാവുന്നതാണ്.

ഇങ്ങനെ അനുവദിക്കപ്പെട്ടവയിൽ അവസാന മൂല്യനിർണയം നടത്തുമ്പോൾ വരുന്ന നികുതിയിൽ യഥാസമയം അടച്ചവ കഴിച്ചു വരുന്ന നികുതിക്കും യഥാസമയം അടയ്ക്കാതെ വൈകി അടയ്ക്കുന്നവയ്ക്കും മേൽ പലിശത്തുകകൂടി അടയ്ക്കേണ്ടിവരും.

അവസാനമൂല്യനിർണയം നടത്തുമ്പോൾ മുൻപ് അടച്ചിരുന്നതിനേക്കാൾ കുറഞ്ഞ തുകയാണ് ബാധ്യതയായി നിശ്ചയിക്കുന്നതെങ്കിൽ അധികമായി അടച്ച തുക പലിശസഹിതം മടക്കിക്കിട്ടുന്നതാണ്.

വിവിധതരം റിട്ടേണുകളും അവയുടെ സമർപ്പണവും

റിട്ടേൺ സമർപ്പണം

IGST നിയമത്തിന്റെ 14-ാം വകുപ്പ് പ്രകാരമുള്ളതോ അല്ലാതെയോ രജിസ്ട്രേഷൻ ഉള്ള ഓരോ വ്യക്തിയും സ്ഥാപനവും സ്വന്തമായി നികുതി നിർണയം നടത്തി വ്യത്യസ്തങ്ങളായ റിട്ടേണുകൾ ഓൺലൈനായി സമർപ്പിക്കേണ്ടതാണ്.

പൊതുവായി മൂന്നു തരത്തിലുള്ള റിട്ടേണുകളാണുള്ളത്.

1. സപ്ലൈ നടത്തിയ ചരക്കുകളുടേയോ സേവനങ്ങളുടേയോ വിവരങ്ങൾ ഉൾപ്പെടുന്നതും അതിന്മേലുണ്ടായ നികുതി ബാധ്യതയും സൂചിപ്പിക്കുന്ന GST R1 എന്ന റിട്ടേൺ.
2. മറ്റു സപ്ലൈയർമാരിൽനിന്നും സ്വീകരിച്ച സപ്ലൈയുടെ മേൽ നൽകേണ്ടി വന്ന നികുതി ബാധ്യതയുൾപ്പെടെയുള്ള ബാധ്യതാ സംബന്ധമായി അംഗീകരിച്ച GST R2 എന്ന റിട്ടേൺ.
3. ഈ രണ്ടു റിട്ടേണുകളുടേയും വിവരങ്ങളിൽ നിന്നും അയാൾ നൽകേണ്ടിവരുന്ന നികുതി ബാധ്യത ഉൾപ്പെടുന്ന വിവരണം നൽകുന്ന GSTR 3 എന്ന റിട്ടേൺ.

ഇത് കൂടാതെ GST R 3 പ്രാബല്യത്തിലാക്കാൻ വൈകുന്നതിനാൽ താത്ക്കാലികമായി ഏർപ്പെടുത്തിയിട്ടുള്ള GSTR 3B എന്ന റിട്ടേൺ ആണ് ഇപ്പോൾ പ്രാബല്യത്തിലുള്ളത്.

GSTR 1

ഓരോ മാസവും സപ്ലൈ ചെയ്ത ചരക്കുകളുടെയും സേവനങ്ങളുടെയും വിശദവിവരങ്ങൾ ഉൾപ്പെടുന്ന GST R1 എന്ന റിട്ടേൺ

അടുത്തമാസം 10-ാം തിയതിക്കകം ജി.എസ്.ടിയുടെ കോമൺ പോർട്ടലിൽ ഓൺലൈനായി സമർപ്പിക്കണം.

1. സംസ്ഥാനത്തിനകത്തും പുറത്തുമുള്ള എല്ലാ രജിസ്റ്റേഡ് വ്യക്തികൾക്കും നൽകിയ ചരക്കുകളുടെയും സേവനങ്ങളുടെയും ഇൻവോയിസുകളിലെ വിവരങ്ങളും സംസ്ഥാനത്തിന് പുറത്തേക്ക് രജിസ്റ്റേർഡ് അല്ലാത്ത വ്യക്തികൾക്കോ സ്ഥാപനങ്ങൾക്കോ നൽകിയവയിൽ രണ്ടരലക്ഷം രൂപയിൽ കൂടുതൽ മൂല്യമുള്ളവയുടെ ഇൻവോയിസിലെ വിവരങ്ങളും.
2. സംസ്ഥാനത്തിന് പുറത്തേക്ക് രജിസ്റ്റേർഡ് അല്ലാത്തവർക്ക് നൽകിയവയുടെ ഓരോ നികുതി നിരക്കിലും പെട്ടവയുടെ സമഗ്രമായ വിവരണവും സംസ്ഥാനത്തിന് പുറത്തേക്ക് നൽകിയവയുടെ രണ്ടരലക്ഷം രൂപയ്ക്ക് താഴെയുള്ളവയുടെ സംസ്ഥാനം തിരിച്ച് ഒരോ നികുതി നിരക്കിനും പ്രത്യേകമായി സമഗ്രമായ വിവരങ്ങളും, മുൻപ് നൽകിയ ഇൻവോയ്സിന്മേലുള്ള ഡെബിറ്റ്, ക്രെഡിറ്റ് നോട്ടുകളും ഉൾപ്പെടെയുള്ള വിവരങ്ങളും സമർപ്പിക്കണം.

GSTR 2

ഓരോ സപ്ലയറും GSTR 1ൽ സമർപ്പിച്ച വിവരങ്ങളിൽ നിന്നും അതിലുൾപ്പെട്ട രജിസ്റ്റേർഡ് ആയ വ്യക്തികളുടെയും സ്ഥാപനങ്ങളുടെയും നമ്പറുകളിൽ അവരവർ സ്വീകരിച്ചവയുടെ മൂല്യങ്ങളുടെയും നൽകിയ നികുതിയുടെയും വിവരങ്ങൾ GSTR 2Aയിൽ സ്വയമേവ ലഭ്യമാകുന്നു. അതിന്റെ അടിസ്ഥാനത്തിൽ അംഗീകാരം നൽകുന്ന വിവരങ്ങൾ സ്വീകരിച്ച് കമ്പ്യൂട്ടർ തന്നെ GST R2 തയ്യാറാക്കുന്നു. ഈ റിട്ടേൺ സമർപ്പണം 15-ാം തിയതിക്കകം പൂർത്തിയാക്കണം.

GSTR 3

IGST നിയമത്തിന്റെ 14-ാം വകുപ്പിൽപ്പെടുന്നവരോ ഇൻപുട്ട് സർവീസ് വിതരണക്കാർ, പ്രവാസികളായ നികുതിദായകർ, കോമ്പൗണ്ടിംഗ് രീതിയിൽ നികുതി നൽകേണ്ടവരോ അല്ലാത്ത ഏതൊരു രജിസ്റ്റേർഡ് വ്യക്തിയും സ്ഥാപനവും ചരക്ക് സേവനനികുതി നിയമത്തിന്റെ 52-ാം വകുപ്പ് പ്രകാരം വകുപ്പ് 39(1)ൽ നിർദ്ദേശിച്ചിട്ടുള്ള

രീതിയിൽ GSTR3എന്ന ഫാറത്തിലുള്ള ഒരു റിട്ടേൺ ഓൺലൈനായി ഒരോ മാസവും 20-ാം തിയതിക്കകം സമർപ്പിക്കേണ്ടതാണ്.

ഈ റിട്ടേണിന്റെ പാർട്ട് A GSTR 1ലും GSTR 2ലും ഉള്ള വിവരങ്ങളുടെ അടിസ്ഥാനത്തിൽ നെറ്റ്വർക്കിൽ ലഭ്യമായിരിക്കും. ഇതിന്മേൽ നിയമാനുസൃതം ലഭ്യമായ ഇൻപുട്ട് ടാക്സ് ക്രെഡിറ്റ് കഴിച്ച് ബാക്കി അടക്കേണ്ടിവരുന്ന തുക നികുതിദായകന്റെ പേരിൽ പോർട്ടലിൽ ലഭ്യമായ ക്യാഷ് ലഡ്ജറിൽ നിന്നും ഡെബിറ്റ് ചെയ്ത് അതിന്റെ വിവരങ്ങൾ പാർട്ട് Bയിൽ ഉൾപ്പെടുത്തേണ്ടതാണ്.

GSTR 3യുടെ സമർപ്പണം താല്ക്കാലികമായി ലഭ്യമല്ലാത്തതിനാൽ GSTR 3B എന്ന താത്കാലിക റിട്ടേൺ ആണ് ഇപ്പോൾ സമർപ്പിക്കേണ്ടത്.

GSTR 1 ഉം GSTR 2 ഉം സമർപ്പിക്കാനുള്ള സമയപരിധി ദീർഘിപ്പിക്കുന്ന അവസരത്തിലാണ് GSTR 3B സമർപ്പിക്കേണ്ടതായി വരിക.

കോമ്പോസിഷൻ രീതിയിലുള്ളവർ റിട്ടേൺ സമർപ്പിക്കേണ്ട വിധം

ചരക്ക് സേവനനികുതി നിയമത്തിന്റെ 10-ാം വകുപ്പ് പ്രകാരം രജിസ്റ്റർ ചെയ്തിട്ടുള്ളവർക്ക് അവരുടേതായി കോമൺപോർട്ടലിൽ ലഭ്യമാകുന്ന GSTR 4A എന്ന റിട്ടേണിലെ വിവരങ്ങളിൽ നിന്നും കൊള്ളുകയോ തള്ളുകയോ ചെയ്യേണ്ടവ അങ്ങനെ ചെയ്തശേഷം GSTR 4 എന്ന റിട്ടേൺ തയ്യാറാക്കി ത്രൈമാസികമായി ഓൺലൈനായി സമർപ്പിക്കേണ്ടതാണ്.

അങ്ങനെ സമർപ്പിക്കുന്ന റിട്ടേണിനോടൊപ്പം നിയമാനുസൃതമായി അടയ്ക്കേണ്ടതായി കണക്കാക്കിയ നികുതി, പലിശ, പിഴത്തുക, ഫീസ്, തുടങ്ങിയവയും ഇലക്ട്രോണിക് ക്യാഷ് ലഡ്ജറിൽ ഡബിറ്റ് ചെയ്ത് അടയ്ക്കേണ്ടതാണ്.

ഇതോടൊപ്പം സംസ്ഥാനത്തിനകത്തുനിന്നും പുറത്തുനിന്നുമുള്ള രജിസ്റ്റർ ചെയ്തവരിൽ നിന്നും അല്ലാത്തവരിൽ എല്ലാം നിന്നും ഉള്ള സ്വീകരിക്കപ്പെട്ട ചരക്കുകളുടേയും സേവനങ്ങളുടേയും ഇൻവോയ്സ് പ്രകാരമുള്ള വിവരങ്ങളും സപ്ലൈ ചെയ്തവയുടെ മൊത്തമായുള്ള വിവരങ്ങളും സമർപ്പിക്കേണ്ടതാണ്.

പ്രവാസിനികുതിദായകൻ റിട്ടേൺ സമർപ്പിക്കേണ്ട രീതി

പ്രവാസി നികുതിദായക വിഭാഗത്തിൽ രജിസ്റ്റർ ചെയ്യപ്പെട്ടയാൾ ഓരോ നികുതികാലത്തിന്റെയും ഇരുപതു ദിവസങ്ങൾക്കുള്ളിലോ, രജിസ്ട്രേഷൻ കാലാവധി അവസാനിച്ച് 7 ദിവസത്തിനകമോ സപ്ലൈ ചെയ്തവയും സ്വീകരിച്ചതുമായവയുടെ വിവരങ്ങൾ ഉൾപ്പെടുന്ന GSTR 5 എന്ന ഫോറത്തിലുള്ള റിട്ടേൺ സമർപ്പിക്കുകയും നിയമാനുസൃതം അടയ്ക്കേണ്ടതായ നികുതി, പലിശ, പിഴത്തുക, ഫീസുകൾ തുടങ്ങിയവ അടയ്ക്കുകയും ചെയ്യേണ്ടതാണ്.

ഓൺലൈൻ വിവരങ്ങളും Database Access or Retrieval സേവനങ്ങൾ നൽകുന്നവർ റിട്ടേൺ സമർപ്പിക്കേണ്ട രീതി

വിദേശത്തു നിന്നും രാജ്യത്തിനകത്തുള്ള രജിസ്റ്റർ ചെയ്യാത്ത വ്യക്തികൾക്കായി ഓൺലൈൻ ഇൻഫർമേഷനും ഡാറ്റാബേസ് ആക്സസ് അല്ലെങ്കിൽ റിട്രീവൽ സേവനങ്ങളും നൽകുന്നതിനായി രജിസ്റ്റർ ചെയ്യപ്പെട്ടവർ GSTR 5A എന്ന ഫോറത്തിലുള്ള റിട്ടേൺ തൊട്ടടുത്ത മാസം 20-ാം തിയതിക്ക് മുൻപായി സമർപ്പിക്കേണ്ടതാണ്.

ഇൻപുട്ട് സർവീസ് വിതരണക്കാർ റിട്ടേൺ സമർപ്പിക്കേണ്ട രീതി

ഇൻപുട്ട് സർവീസ് വിതരണക്കാർ GSTR 6Aയിൽ ലഭ്യമായ വിവരങ്ങളിലെ ശരിതെറ്റുകളെ കൊള്ളുകയോ തള്ളുകയോ ചെയ്ത ശേഷം GSTR 6 എന്ന ഫോറത്തിലുള്ള റിട്ടേൺ ഓൺലൈനായി സമർപ്പിക്കേണ്ടതാണ്.

ഇതിൽ ലഭ്യമായ ക്രെഡിറ്റുകളുള്ള ഇൻവോയിസുകളുടെയും നിയമത്തിന്റെ 20-ാം വകുപ്പ് പ്രകാരം വിതരണം ചെയ്തവയുടെയും വിവരങ്ങൾ ഉൾപ്പെടുത്തേണ്ടതാണ്.

ഉദ്ഭവസ്ഥലത്ത് വച്ച് നികുതി കിഴിച്ചവർ റിട്ടേൺ സമർപ്പിക്കേണ്ട രീതി

നിയമത്തിന്റെ 51-ാം വകുപ്പ് പ്രകാരം ഉദ്ഭവസ്ഥലത്ത് വച്ച് നികുതി കിഴിക്കേണ്ടവർ (Tax deducted at sourceTDS) GSTR 7 എന്ന ഫോറത്തിലുള്ള റിട്ടേൺ സമർപ്പിക്കേണ്ടതാണ്.

ഇത്തരത്തിൽ നികുതി കിഴിക്കാൻ ചുമതലപ്പെട്ടവർ നൽകുന്ന വിവരങ്ങൾ ഒരോ സപ്ലൈയർക്കും അവരവരുടെ GSTR 2A/4A എന്നിവയിലെ ഭാഗം C യിൽ ലഭ്യമാകുന്നതാണ്.

ഇങ്ങനെ നികുതി കിഴിച്ചതിന്റെ സർട്ടിഫിക്കറ്റ് ഓരോരുത്തർക്കും GSTR 7A എന്ന ഫാറത്തിൽ ഓൺലൈനായി ലഭ്യമാകുന്നതാണ്.

ഇ-കൊമേഴ്സ് മുഖാന്തിരം നൽകുന്ന സപ്ലൈയുടെ വിവരങ്ങൾ സമർപ്പിക്കുന്ന രീതി

നിയമത്തിന്റെ 52-ാം വകുപ്പുപ്രകാരം സ്രോതസ്സിൽ വച്ച് നികുതി പിരിക്കാൻ ബാധ്യസ്ഥരായവർ അവരിലൂടെ നടന്ന സപ്ലൈയുടെ വിവരങ്ങളെല്ലാം ഉൾപ്പെടുത്തി GSTR 8 ഫോറത്തിലുള്ള പ്രസ്താവന (statement) ഓൺലൈനായി സമർപ്പിക്കേണ്ടതാണ്.

പ്രഥമ റിട്ടേൺ

രജിസ്ട്രേഷൻ ലഭ്യമായാൽ ആദ്യമായി സമർപ്പിക്കേണ്ട റിട്ടേണിനെപ്പറ്റി നിയമത്തിന്റെ വകുപ്പ് 40ൽ പരാമർശിക്കുന്നു. ഇതനുസരിച്ച് രജിസ്ട്രേഷന് ബാധ്യസ്ഥനായ ദിവസം മുതൽ 30 ദിവസത്തിനകം അപേക്ഷ സമർപ്പിച്ചിട്ടുള്ളവർക്ക് ബിസ്സിനസ്സിൽ സ്റ്റോക്കായി സൂക്ഷിച്ചിരുന്നവയുടെ നികുതിയിൽ ക്രെഡിറ്റ് എടുക്കാനുള്ള സൗകര്യം ലഭ്യമാകുന്നതിനാൽ അത്തരം വിവരങ്ങൾ നൽകാനുള്ള അവസരം കൂടി നൽകുന്നു.

അന്തിമ റിട്ടേൺ (ഫൈനൽ റിട്ടേൺ)

ഒരു ബിസിനസ്സ് സ്ഥാപനമുടമ നികുതി ബാധ്യത പൂർണമായും ഒഴിവായിത്തീരുന്ന സന്ദർഭത്തിൽ രജിസ്ട്രേഷൻ റദ്ദാക്കുമ്പോൾ അയാൾ സമർപ്പിക്കേണ്ട അവസാന റിട്ടേണിനെപ്പറ്റി നിയമത്തിന്റെ 45-ാം വകുപ്പിൽ പരാമർശിച്ചിട്ടുണ്ട്.

ഇതനുസരിച്ച് 81-ാം ചട്ടപ്രകാരം GSTR 10 എന്ന ഫോറത്തിലാണ് അന്തിമ റിട്ടേൺ കോമൺപോർട്ടലിൽ സമർപ്പിക്കേണ്ടത്. രജിസ്ട്രേഷൻ റദ്ദാക്കിയ ദിവസം അല്ലെങ്കിൽ റദ്ദാക്കൽ ഉത്തരവ് ലഭിച്ച ദിവസം എന്നിവയിലേതാണോ ആദ്യം വരുന്നത് അന്നു മുതൽ മൂന്നു മാസത്തിനകം ഇത് സമർപ്പിക്കേണ്ടതാണ്.

വാർഷിക റിട്ടേൺ

ഇൻപുട്ട് സേവന വിതരണക്കാർ (ISD), വകുപ്പ് 51, 52 എന്നിവ പ്രകാരം സ്രോതസ്സിൽ നികുതി കിഴിക്കുകയോ പിരിക്കുകയോ ചെയ്യുന്നവർ, ആകസ്മിക നികുതിദായകൻ (casual taxable person), പ്രവാസി നികുതിദായകൻ എന്നിവരൊഴികെയുള്ള എല്ലാ രജിസ്ട്രേഡ് വ്യക്തികളും സ്ഥാപനങ്ങളും, നിയമത്തിലെ വകുപ്പ് 44 പ്രകാരം റൂൾ 80ൽ നിർദ്ദേശിച്ചിരിക്കുന്ന രീതിയിലുള്ള GSTR 9 എന്ന ഫോറത്തിലുള്ള വാർഷിക റിട്ടേൺ സാമ്പത്തിക വർഷാവസാനത്തെത്തുടർന്നു വരുന്ന ഡിസംബർ 31നകം പോർട്ടലിൽ സമർപ്പിക്കേണ്ടതാണ്.

കോമ്പൗണ്ട് രീതിയിൽ രജിസ്റ്റർ ചെയ്യപ്പെട്ടവർ GSTR 9A എന്ന ഫോറത്തിലാണ് സമർപ്പിക്കേണ്ടത്.

വകുപ്പ് 52 പ്രകാരം ഉറവിടത്തിൽ നികുതി ശേഖരിക്കേണ്ടവരായ ഇലക്ട്രോണിക് കമേഴ്സ് ഓപ്പറേറ്റർമാർ GSTR 9B എന്ന ഫോറത്തിലാണ് സമർപ്പിക്കേണ്ടത്.

35(5) വകുപ്പ് പ്രകാരം അക്കൗണ്ട് ആഡിറ്റ് ചെയ്യപ്പെടേണ്ടവർ (വിറ്റുവരവ് രണ്ട് കോടിയിൽ കവിയുന്നവർ) ആഡിറ്റ് ചെയ്യപ്പെട്ട അക്കൗണ്ടുകളുടെ പകർപ്പ് സഹിതം ഫോറം GSTR 9Cയിലാണ് വാർഷിക റിട്ടേൺ സമർപ്പിക്കേണ്ടത്.

വകുപ്പ് 36 പ്രകാരം രജിസ്ട്രേഡ് വ്യക്തികൾ അവരുടെ കണക്കുകൾ എല്ലാം വാർഷിക റിട്ടേൺ സമർപ്പിക്കേണ്ട തിയതി മുതൽ 72 മാസക്കാലം സൂക്ഷിക്കേണ്ടതാണ്. ഈ കാലയളവിന് ശേഷവും അപ്പീലുകളുള്ളതോ, മറ്റു നടപടികൾ നേരിടുന്നവരോ ആണെങ്കിൽ അത്തരം നടപടി പൂർത്തിയായി ഒരു വർഷക്കാലം കൂടി അവ സൂക്ഷിക്കണം.

റിട്ടേണുകളിലെ തിരുത്തൽ

ഒരു രജിസ്റ്റേർഡ് വ്യക്തി ഏതെങ്കിലും മാസത്തെ റിട്ടേണുകൾ സമർപ്പിച്ചതിനുശേഷം അയാൾ നൽകിയ ഇൻവോയിസുകളിലെ വിവരങ്ങൾ തെറ്റായിട്ടായിരുന്നു GSTR 1ൽ നൽകിയതെന്ന് ബോധ്യപ്പെട്ടാൽ അതിലുള്ള തിരുത്തൽ നടത്താനുള്ള സൗകര്യം തുടർന്നുള്ള മാസങ്ങളിലെ GSTR 1 സമർപ്പിക്കുന്ന വേളയിൽ ലഭ്യമാണ്.

GSTR 1ലെ 9ഉം 10ഉം ഇതു സംബന്ധമായ ഭേദഗതി വരുത്താനുള്ള താണ്. ഇങ്ങനെ വരുത്തുമ്പോൾ അടച്ച നികുതി കുറവായിരുന്നു എന്ന് കണ്ടാൽ വ്യത്യാസം വരുന്ന തുക പലിശ സഹിതം അട യ്ക്കേണ്ടതാണ്. കൂടുതലാണ് അടച്ചിരുന്നതെങ്കിൽ അത് റീ ഫണ്ടായി ആവശ്യപ്പെടാനുള്ള സൗകര്യവും ലഭ്യമാണ്.

ഇത്തരത്തിലുള്ള തിരുത്തലുകൾ ഒരു സാമ്പത്തികവർഷം പൂർത്തിയായി അടുത്ത സെപ്തംബർ മാസത്തെ റിട്ടേൺ സമർപ്പി ക്കുന്ന ദിവസം അല്ലെങ്കിൽ വാർഷികറിട്ടേൺ യഥാർത്ഥത്തിൽ സമർപ്പിച്ചത് ഇതിൽ ഏതാണോ ആദ്യം വരുന്നത് അതിനുള്ളിൽ നടത്തിയിരിക്കണം.

വകുപ്പ് 10 പ്രകാരം കോമ്പൗണ്ടിംഗ് നികുതി അടയ്ക്കുന്ന വ്യക്തി കളെ സംബന്ധിച്ച് ഒരു സാമ്പത്തിക വർഷം പൂർത്തിയായി അടുത്ത വർഷം രണ്ടാമത്തെ ത്രൈമാസറിട്ടേൺ സമർപ്പിക്കേണ്ട അവസാന ദിവസം അല്ലെങ്കിൽ വാർഷിക റിട്ടേൺ യഥാർത്ഥത്തിൽ സമർ പ്പിച്ച ദിവസം ഇതിൽ ഏതാണോ, ആദ്യം വരുന്നത്, ആ ദിവസം വരെ ഇത്തരം തിരുത്തലുകൾ നടത്താവുന്നതാണ്.

റിട്ടേൺ സമർപ്പിക്കാതിരിക്കലും വൈകി സമർപ്പണവും

ചരക്കുസേവന നികുതി പ്രകാരം സ്വയം നികുതി നിർണയവും നികുതി അടയ്ക്കലും റിട്ടേൺ സമർപ്പണവും പ്രധാനപ്പെട്ട കാര്യ ങ്ങളായതിനാൽ റിട്ടേൺ സമർപ്പണം വളരെ ഗൗരവമായാണ് കണ ക്കാക്കുന്നത്. അതുകൊണ്ടുതന്നെ അതിലുള്ള വീഴ്ച വലിയ നടപടിക്ക് കാരണമായിത്തീരുന്നു.

വകുപ്പ് 37, 38, 39 എന്നിവ പ്രകാരം ഒരു രജിസ്റ്റേർഡ് വ്യക്തി സമർപ്പിക്കേണ്ടതായ റിട്ടേണുകളിൽ ഏതൊരെണ്ണമെങ്കിലുമോ ഒന്നിൽ കൂടുതലോ നിശ്ചിത തിയതിക്കകം സമർപ്പിക്കാതെ യിരുന്നാൽ വകുപ്പ് 47 പ്രകാരം ഒരോ റിട്ടേണിലും ഒരോ ദിവസ ത്തേക്കും 50 രൂപ (കേന്ദ്രസർക്കാർ-25, സംസ്ഥാന സർക്കാർ വിഹിതം-25) എന്ന കണക്കിൽ പരമാവധി 5000 രൂപവരെ കാല വിളംബന ഫീസ് (late fee) അടയ്ക്കേണ്ടതാണ്. (ഇത് 2017 ഒക്ടോബർ 16 വരെ 200 രൂപ എന്ന നിരക്കിലായിരുന്നു.)

സപ്ലൈകൾ ഒന്നും നടക്കാത്ത ബിസിനസ്സിൽ ശൂന്യ റിട്ടേൺ (Nil return) സമർപ്പിക്കാത്ത വ്യക്തികൾ ഓരോ ദിവസവും അടയ്ക്കേണ്ട

late fee 20 രൂപയാണ്. ഇത് 2017 ഒക്ടോബർ 16 വരെ 100 രൂപയായിരുന്നു.

വകുപ്പ് 45 പ്രകാരം സമർപ്പിക്കേണ്ട വാർഷിക റിട്ടേൺ സമർപ്പിക്കാൻ വൈകിയാൽ മേൽ സൂചിപ്പിച്ച നിരക്കിൽ അടയ്ക്കേണ്ട തുക പരമാവധി ആ വ്യക്തിയുടെ സംസ്ഥാനത്തെ വിറ്റുവരവിന്റെ കാൽശതമാനം വരെ ആയിരിക്കും.

തുടർച്ചയായി 6 മാസക്കാലം റിട്ടേൺ സമർപ്പിക്കാത്ത ഒരു വ്യക്തിയുടെ രജിസ്ട്രേഷൻ, വകുപ്പ് 29(2)(c) പ്രകാരം റദ്ദാക്കപ്പെടാവുന്നതാണ്. കോമ്പൗണ്ടിംഗ് പദ്ധതിപ്രകാരം നികുതി അടയ്ക്കുന്ന വ്യക്തി തുടർച്ചയായ 3 റിട്ടേൺ സമർപ്പിച്ചില്ലെങ്കിൽ അയാളുടെ രജിസ്ട്രേഷനും റദ്ദാക്കപ്പെടാവുന്നതാണ്.

റിട്ടേണുകളിലെ കൃത്യതാപരിശോധന (Scrutiny)

ഓരോ റിട്ടേണിലും നൽകിയിരിക്കുന്ന വിവരങ്ങളുടെ കൃത്യത മനസ്സിലാക്കാൻ ബന്ധപ്പെട്ട ഉദ്യോഗസ്ഥന് രേഖകൾ പരിശോധിക്കാവുന്നതാണ്. അങ്ങനെ പരിശോധിക്കുമ്പോൾ ഏതെങ്കിലും തെറ്റുകളോ വസ്തുതാവിരുദ്ധമായ കാര്യങ്ങളോ ശ്രദ്ധയിൽപ്പെടുന്ന പക്ഷം ഇതു സംബന്ധമായ വിശദീകരണം ആവശ്യപ്പെടാവുന്നതും അങ്ങനെ നൽകുന്ന വിശദീകരണം തൃപ്തികരമാണെന്ന് കണ്ടാൽ മറ്റു നടപടികളെടുക്കാതെ ആ വ്യക്തിയെ ഈ വിവരം അറിയിച്ച് നടപടി അവസാനിപ്പിക്കാവുന്നതുമാണ്.

എന്നാൽ വിശദീകരണമാവശ്യപ്പെട്ട് 30 ദിവസത്തിനകമോ, അല്ലെങ്കിൽ നിശ്ചിത തിയതിക്കകമോ മറുപടി ലഭിക്കുന്നില്ല എങ്കിൽ ബന്ധപ്പെട്ട ഉദ്യോഗസ്ഥന് വകുപ്പ് 65, 66, 67 എന്നിവ പ്രകാരം നടപടി ആരംഭിക്കുകയോ വകുപ്പ് 73, 74 എന്നിവ പ്രകാരം നികുതിത്തുകയും മറ്റു ബാധ്യതകളും നിശ്ചയിക്കുകയോ ചെയ്യാവുന്നതാണ്.

വകുപ്പ് 62(1) പ്രകാരം 39, അല്ലെങ്കിൽ 45 വകുപ്പ് പ്രകാരം റിട്ടേൺ ഫയൽ ചെയ്യണ്ടവർ, 46-ാം വകുപ്പ് പ്രകാരം നൽകിയ നോട്ടീസിന് ശേഷവും റിട്ടേൺ സമർപ്പിക്കാതിരുന്നാൽ, ബന്ധപ്പെട്ട ഉദ്യോഗസ്ഥൻ ലഭ്യമായതോ, മറ്റു മാർഗങ്ങളിലൂടെ സംഘടിപ്പിച്ചെടുത്തതോ ആയ രേഖകളുടെ അടിസ്ഥാനത്തിൽ best judgement പ്രകാരം മൂല്യ നിർണയം നടത്തി ഒരു ഉത്തരവ് ഇറക്കേണ്ടതാണ്. 44-ാം വകുപ്പിൽ നിർദ്ദേശിച്ചിട്ടുള്ള പ്രകാരം ബന്ധപ്പെട്ട സാമ്പത്തികവർഷത്തിലെ വിവരങ്ങളുടെ വാർഷികറിട്ടേൺ സമർപ്പിക്കേണ്ടുന്ന ദിവസം മുതൽ അഞ്ച് വർഷത്തിനകം ഈ ഉത്തരവ് പുറപ്പെടുവിക്കണം.

എന്നാൽ ഇത്തരമൊരുത്തരവ് നൽകി മുപ്പതുദിവസത്തിനകം നികുതിദായകൻ ശരിയായ റിട്ടേൺ സമർപ്പിക്കുകയാണെങ്കിൽ ഈ

ഉത്തരവ് പിൻവലിച്ചതായി കണക്കാക്കുന്നതാണ്. എന്നാൽ നിയമ പ്രകാരമുള്ള പലിശ, കാലവിളംബം വരുത്തിയതിനുള്ള ഫീസ് മുതലായവ അടയ്ക്കാൻ ബാദ്ധ്യസ്ഥനായിരിക്കും.

ഒരു നികുതിദാതാവ് യഥാസമയം രജിസ്ട്രേഷൻ എടുക്കാതിരുന്നാൽ ബന്ധപ്പെട്ട അധികാരിക്ക് മേൽസൂചിപ്പിച്ച പ്രകാരമുള്ള best judgement നടത്തി മൂല്യനിർണയം നടത്തി നികുതിബാധ്യത നിശ്ചയിക്കാവുന്നതാണ്. അതിനും മേൽസൂചിപ്പിച്ചതുപോലെയുള്ള അഞ്ച് വർഷം കാലാവധി ബാധകമാണ്. ഇത്തരം സന്ദർഭങ്ങളിൽ കാരണം കാണിക്കൽ നോട്ടീസ് നൽകി ആ വ്യക്തിയുടെ വിശദീകരണം നൽകാനുള്ള അവസരം നൽകേണ്ടതുണ്ട്.

ഏതെങ്കിലും സന്ദർഭങ്ങളിൽ പൊതുതാത്പര്യം മുൻനിർത്തി സർക്കാരിന്റെ സാമ്പത്തികം സംരക്ഷിക്കാനായി ബന്ധപ്പെട്ട അധികാരിക്ക് ലഭ്യമായ തെളിവിന്റെ അടിസ്ഥാനത്തിൽ മൂല്യനിർണയം നടത്തുന്നത് വൈകിയാൽ സർക്കാരിന് ലഭ്യമാകേണ്ടതായ നികുതി തുക നഷ്ടമായേക്കാമെന്ന് തോന്നുന്നപക്ഷം സമ്മറി അസസ്സ്മെന്റ് നടത്താവുന്നതാണ്. ഇതിനായി അഡീഷണൽ/ജോയിന്റ് കമ്മീഷണറുടെ മുൻകൂർ അനുമതി തേടേണ്ടതാണ്.

ഏതെങ്കിലും ചരക്കുകളുടെ നികുതിബാധ്യതയുള്ള വ്യക്തിയെ കണ്ടെത്താനായില്ലെങ്കിൽ ആ ചരക്കുകൾ ആരുടെ കൈവശമാണോ ഇരിക്കുന്നത് അയാളായിരിക്കും നികുതി അടയ്ക്കാൻ ബാധ്യതയുള്ളതായി കണക്കാക്കപ്പെടുന്നത്.

ഇത്തരത്തിലുള്ള മൂല്യനിർണയ ഉത്തരവ് കൈപ്പറ്റി മുപ്പതു ദിവസത്തിനകം ആ വ്യക്തി അഡീഷണൽ/ജോയിന്റ് കമ്മീഷണർക്ക് രേഖാമൂലം അപേക്ഷ സമർപ്പിച്ചാൽ, അഡീഷണൽ/ജോയിന്റ് കമ്മീഷണർക്ക് ഈ ഉത്തരവിൽ അപാകത കാണുന്ന പക്ഷം, ഇത് പിൻവലിക്കാവുന്നതാണ്. തുടർന്ന് വകുപ്പ് 73ലോ 74ലോ നിർദ്ദേശിക്കുന്ന നടപടികൾ പിൻതുടരേണ്ടതാണ്.

കണക്ക് പരിശോധന (Audit)

വകുപ്പ് 65(1) പ്രകാരം കമ്മീഷണർക്കോ കമ്മീഷണർ അധികാരപ്പെടുത്തുന്ന മറ്റ് ഉദ്യോഗസ്ഥർക്കോ ഏതൊരു നികുതിദായകന്റെയും നിശ്ചതകാലത്തെയോ നിശ്ചിത തവണയിലെയോ കണക്കുകൾ ഇതു സംബന്ധമായി നിർദ്ദേശിക്കുന്ന രീതിയിൽ പരിശോധിക്കാവുന്നതാണ്.

ഇത്തരം പരിശോധന അവരുടെ വ്യാപാരസ്ഥലത്തോ ഓഫീസിലോ വച്ച് നടത്താവുന്നതാണ്.

അങ്ങനെ നടത്തുന്ന പരിശോധനയ്ക്ക് 15ൽ കുറയാത്ത ദിവസങ്ങൾക്ക് മുൻപായി ബന്ധപ്പെട്ട വ്യക്തിയെ നോട്ടീസ് മുഖാന്തിരം അറിയിക്കേണ്ടതാണ്.

ഇത്തരം പരിശോധനകൾ മൂന്നുമാസത്തിനകം പൂർത്തിയാക്കേണ്ടതാണ്.

സ്പെഷ്യൽ ആഡിറ്റ്

വകുപ്പ് 66(1) പ്രകാരം അസിസ്റ്റന്റ് കമ്മീഷണൽ പദവിയിൽ കുറയാത്ത ഉദ്യോഗസ്ഥൻ ഏതെങ്കിലും നികുതി നിർണയ നടപടികൾ (കൃത്യതാപരിശോധന, അന്വേഷണം തുടങ്ങിയവ) നടത്തുന്ന സമയത്ത് അതിലുണ്ടാവുന്ന സങ്കീർണതയുടെ രീതിക്കനുസരിച്ച് സർക്കാർ പണം സംരക്ഷിക്കുന്നതിലേക്കായി ആവശ്യമെന്നു തോന്നുന്നപക്ഷം കമ്മീഷണർ നിർദ്ദേശിച്ചിട്ടുള്ള ഏതെങ്കിലും ചാർട്ടേർഡ് അക്കൗണ്ടന്റിനെയോ കോസ്റ്റ് അക്കൗണ്ടന്റിനെയോ കൊണ്ട് അത്തരം അക്കൗണ്ടുകൾ പരിശോധിപ്പിക്കേണ്ടതാണ്. ആയതിലേക്കുള്ള പ്രതിഫലം കമ്മീഷണർ നൽകുന്നതാണ്.

അത്തരം ആഡിറ്റ് ചെയ്യുന്ന അക്കൗണ്ടന്റ് തൊണ്ണൂറ് ദിവസത്തിനകം പരിശോധന പൂർത്തിയാക്കി കൃത്യമായും സാക്ഷിപ്പെടുത്തി ഒപ്പിട്ട് ഒരു റിപ്പോർട്ട് അസിസ്റ്റന്റ് കമ്മീഷണർക്ക് സമർപ്പിക്കേണ്ടതാണ്. എന്നാൽ വ്യക്തമായ കാരണം രേഖപ്പെടുത്തി നികുതിദായകനോ, ചാർട്ടേഡ് അക്കൗണ്ടന്റോ/കോസ്റ്റ് അക്കൗണ്ടന്റോ അപേക്ഷ സമർപ്പിക്കുകയാണെങ്കിൽ തീയതി നീട്ടി നൽകാവുന്നതാണ്.

ഒരു നികുതിദായകന്റെ കണക്കുകളും രേഖകളും പരിശോധിച്ചശേഷം അതിൽ അയാൾ സമർപ്പിച്ചിരുന്ന വിവരങ്ങളിൽനിന്നും വ്യത്യസ്തമായി നികുതിബാധ്യത വരുന്നതായി കണ്ടാൽ അതിന്മേൽ ഒരു തീരുമാനമെടുക്കുന്നതിന് മുൻപായി അയാൾക്ക് അത് സംബന്ധമായ വിശദീകരണം നൽകാൻ അവസരം നൽകേണ്ടതാണ്.

പ്രത്യേക കണക്കുപരിശോധനയെത്തുടർന്ന് ഏതെങ്കിലും തരത്തിൽ നികുതി അടയ്ക്കാതിരുന്നതായോ, അടച്ചതിൽ കുറവുള്ളതായോ, തെറ്റായി റീഫണ്ട് ചെയ്തതായോ, അല്ലെങ്കിൽ തെറ്റായി ഇൻപുട്ട് ടാക്സ് ക്രെഡിറ്റ് എടുക്കുകയും പ്രയോജനപ്പെടുത്തുകയും ചെയ്തതായോ കാണുകയാണെങ്കിൽ ബന്ധപ്പെട്ട ഉദ്യോഗസ്ഥന് 73 അല്ലെങ്കിൽ 74 വകുപ്പ് പ്രകാരം നടപടി എടുക്കാവുന്നതാണ്.

ബിസിനസ് സ്ഥലങ്ങളിലെ പരിശോധനയും തുടർനടപടികളും

ഏതെങ്കിലും ബിസിനസ് സ്ഥാപനം ഗുരുതരമായ നിയമലംഘനം നടത്തി നികുതി വെട്ടിക്കുന്നതായി ബന്ധപ്പെട്ട അധികാരികൾക്ക് ബോധ്യപ്പെട്ടാൽ ജോയിന്റ് /അഡീഷണൽ കമ്മീഷണർ പദവിയിൽ കുറയാതെയുള്ള മേലധികാരികളുടെ അധികാരപത്രത്തോടെ അതിനായി ചുമതലപ്പെട്ട ഉദ്യോഗസ്ഥന് ആ വ്യാപാരസ്ഥാപനവും അതുമായി ബന്ധപ്പെട്ട ഇതര സ്ഥാപനങ്ങളും വിശദമായി പരിശോധിക്കാനും അതിനുള്ളിൽ തെരച്ചിൽ നടത്തി രേഖകളും മറ്റും കണ്ടുകെട്ടാനും ആവശ്യമെന്നുവന്നാൽ അതുമായി ബന്ധപ്പെട്ട വ്യക്തിയെയോ വ്യക്തികളെയോ അറസ്റ്റു ചെയ്യാനും നിയമപ്രകാരം അധികാരമുണ്ട്.

താഴെപറയുന്ന സാഹചര്യങ്ങൾ നിലനിൽക്കുന്നു എന്ന് ഉത്തമബോധ്യം ഉള്ളപ്പോൾ മാത്രമേ ഇത്തരം അനുമതിപത്രം നൽകുവാൻ പാടുള്ളൂ.

1. ഗൂഢമായും രഹസ്യമായും സപ്ലൈ ഇടപാടുകൾ നടത്തുക
2. ഗൂഢമായും രഹസ്യമായും ചരക്കുകൾ കൈവശം വയ്ക്കുക.
3. അർഹതപ്പെട്ടതിൽ കൂടുതലായി ഇൻപുട്ട് ടാക്സ് ക്രെഡിറ്റ് അവകാശപ്പെടുക
4. നികുതി വെട്ടിക്കുവാനായി നിയമം ലംഘിക്കുക.
5. ഗോഡൗൺ ഉടമസ്ഥരോ ട്രാൻസ്പോട്ടറോ നികുതി വെട്ടിച്ചു കടത്തിയ ചരക്കുകൾ സൂക്ഷിച്ചുവയ്ക്കുക. അല്ലെങ്കിൽ നികുതി വെട്ടിക്കുന്നതിനായി ചരക്കുകളോ രേഖകളോ ഒളിപ്പിച്ചുവയ്ക്കുക.

ഇതനുസരിച്ച് താഴെ പറയുന്ന സ്ഥലങ്ങളിൽ പരിശോധന നടത്താവുന്നതാണ്.

1. ഒരു നികുതിവിധേയ വ്യക്തിയുടെ ബിസിനസ് സ്ഥലം.

2. ചരക്കുകൾ ട്രാൻസ്പോർട്ട് നടത്തുന്ന ബിസിനസ്സിൽ ഏർപ്പെട്ടിരിക്കുന്ന ഒരു വ്യക്തിയുടെ (നികുതിവിധേയനായാലും അല്ലെങ്കിലും) ബിസിനസ് സ്ഥലം.
3. ചരക്കുകൾ സൂക്ഷിക്കുന്ന ബിസിനസ്സിൽ ഏർപ്പെട്ടിരിക്കുന്ന ഗോഡൗൺ ഉടമയുടെയോ നടത്തിപ്പുകാരന്റെയോ ബിസിനസ് സ്ഥലം.

ഇത്തരത്തിലുള്ള പരിശോധനയോടൊപ്പം നടത്തുന്ന തെരച്ചിലിനായി ബന്ധപ്പെട്ട മേലധികാരി പുറപ്പെടുവിക്കുന്ന രേഖാമൂലമായ അധികാരപത്രം (Search Warrant) പരിശോധന നടത്തുന്ന ഉദ്യോഗസ്ഥന്റെ കൈവശമുണ്ടായിരിക്കണം. തെരച്ചിൽ നടത്തേണ്ട ആവശ്യമുള്ളതായി ഉത്തമവിശ്വാസം ഉള്ളതായി സെർച്ച് വാറണ്ടിൽ രേഖപ്പെടുത്തിയിരിക്കണം. സെർച്ച് വാറണ്ടിൽ താഴെ പറയുന്ന വിവരങ്ങൾ ഉണ്ടായിരിക്കണം.

1. നിയമലംഘനവിവരങ്ങൾ.
2. തെരച്ചിൽ നടത്തേണ്ടുന്ന സ്ഥലവിവരണം.
3. ഇതിനായി അധികാരപ്പെടുത്തിയ ഉദ്യോഗസ്ഥന്റെ പേരും ഔദ്യോഗികപദവിയും.
4. അധികാരം നൽകിയ ഉദ്യോഗസ്ഥന്റെ പേരും ഔദ്യോഗിക പദവിയും ആഫീസ് മുദ്രയും.
5. അധികാരം നൽകിയ സ്ഥലവും തിയതിയും.
6. വാറണ്ട് സീരിയൽ നമ്പർ.
7. വാറണ്ടിന്റെ കാലാവധി.

തെരച്ചിലിനിടയിൽ നികുതിവെട്ടിപ്പിന് സാധ്യതയുള്ളതായി കണ്ടെത്തുന്ന ചരക്കുകൾ കണ്ടുകെട്ടാനുള്ള അധികാരം പരിശോധന നടത്തുന്ന ഉദ്യോഗസ്ഥനിൽ നിക്ഷിപ്തമാണ്. അതുപോലെ തന്നെ ഇതിലേക്കാവശ്യമുള്ള രേഖകളും പ്രമാണങ്ങളുമെല്ലാം കണ്ടുകെട്ടാൻ നിയമം അനുവദിക്കുന്നു. തെരച്ചിലിനെത്തുടർന്ന് തയ്യാറാക്കുന്ന മഹസ്സർ അഥവാ പഞ്ചനാമയോടൊപ്പം കണ്ടുകെട്ടിയ ചരക്കുകളുടെയും രേഖകളുടെയും പട്ടികകൂടി തയ്യാറാക്കി അനുബന്ധമായി സൂക്ഷിക്കേണ്ടതാണ്.

അറസ്റ്റ്

ചരക്കുസേവന നികുതി നിയമത്തിന്റെ 132(l) (i) (ii), 132 (2) (i) (ii) വകുപ്പുകൾ പ്രകാരം ശിക്ഷിക്കപ്പെടാവുന്ന കുറ്റങ്ങൾ ഒരാൾ

ചെയ്തു എന്ന് കമ്മീഷണർക്ക് വിശ്വസിക്കാനുള്ള കാരണങ്ങളുണ്ടെങ്കിൽ അദ്ദേഹത്തിന് അയാളെ അറസ്റ്റ് ചെയ്യാൻ ഒരു കീഴുദ്യോഗസ്ഥനെ അധികാരപ്പെടുത്താവുന്നതാണ്. അതായത് ആ വ്യക്തി ഒന്നുകിൽ അമ്പതു ലക്ഷത്തിലധികം രൂപയുടെ വെട്ടിപ്പ് നടത്തിയ ആളോ അല്ലെങ്കിൽ ഇതിനുമുൻപ് വകുപ്പ് 132 പ്രകാരം ശിക്ഷിക്കപ്പെട്ട ആളോ ആയിരിക്കണം.

ഒരാളെ അറസ്റ്റ് ചെയ്യുന്നതിന് മുൻപായി ആ കേസിൽ അടങ്ങിയിട്ടുള്ള കാര്യകാരണം, നികുതിവെട്ടിപ്പിന്റെ വ്യാപ്തി, തെളിവ് നശിപ്പിക്കാനുള്ള സാധ്യതകൾ തുടങ്ങിയ വിവിധങ്ങളായ ഘടകങ്ങൾ വെച്ചുകൊണ്ടുള്ള ഒരു കേസ്-ടു-കേസ് പഠനം നടത്തിയിരിക്കണം. കൂടാതെ താഴെ പറയുന്ന കാര്യങ്ങൾകൂടി പരിഗണിക്കേണ്ടതാണ്.

1. അറസ്റ്റ് നടത്തുന്നത് നികുതിബാധ്യതാനിർണയത്തിൽ വന്ന കുറവ് സംബന്ധിച്ച് ശരിയായ അന്വേഷണം നടത്തുന്നതിന് വേണ്ടിയാകണം.
2. പ്രതികൾ ഒളിവിൽ പോകുന്നത് തടയുക എന്ന ലക്ഷ്യത്തോടെയാവണം അറസ്റ്റ്.
3. സാധനങ്ങൾ ഒളിപ്പിച്ചുവെച്ചുകൊണ്ടുള്ള കള്ളക്കടത്ത് തടയുന്നതിനും കസ്റ്റംസ് തീരുവ വെട്ടിക്കുന്നതു തടയുന്നതിനും വേണ്ടിയാവണം അറസ്റ്റ്.
4. നികുതി വെട്ടിപ്പിന് ആസൂത്രണം ചെയ്യുകയും നിർവഹിക്കുകയും ചെയ്ത ബുദ്ധികേന്ദ്രം, ബിനാമി, പ്രോക്സി, ഡമ്മി മുതലായ ശരിയായ കുറ്റവാളികളെ കണ്ടെത്തുന്നതിനും
5. നികുതി വെട്ടിപ്പിനുള്ള ആസൂത്രണം മനഃപൂർവ്വം ചെയ്തതാണെന്ന് ബോധ്യംവരുന്ന ഘട്ടങ്ങളിലും
6. തെളിവുകൾ നശിപ്പിക്കാതിരിക്കുന്നതിനുവേണ്ടിയും
7. സാക്ഷികളെ സ്വാധീനിക്കുക/അധൈര്യപ്പെടുത്തുക മുതലായവ നടക്കുന്ന സമയത്തും അറസ്റ്റ് ചെയ്യാവുന്നതാണ്.

നികുതി ആവശ്യപ്പെടലും പിരിച്ചെടുക്കലും

ഒരു നികുതിദായകൻ നികുതി അടയ്ക്കുമ്പോൾ രണ്ടുതരത്തിലുള്ള കാരണങ്ങളാൽ, അയാൾ അടച്ച നികുതി കൃത്യമായി അടയ്ക്കേണ്ടതിന് തുല്യമാകാത്ത സാഹചര്യങ്ങളുണ്ടാകുന്നു.

1. മനപ്പൂർവ്വമല്ലാത്ത വീഴ്ചമൂലം (അതായത് അശ്രദ്ധ, വിട്ടുപോകൽ തുടങ്ങി)
2. മനപ്പൂർവ്വമായി നികുതി വെട്ടിക്കാനുള്ള ശ്രമംമൂലം.

ഇതിൽ ആദ്യത്തെ കാരണം മൂലം നികുതി അടയ്ക്കാതിരിക്കുകയോ അടച്ച നികുതിയിൽ കുറവുണ്ടാവുകയോ തെറ്റായി റീഫണ്ട് ലഭിക്കുകയോ ഇൻപുട്ട് ടാക്സ് ക്രെഡിറ്റ് എടുക്കുകയും പ്രയോജനപ്പെടുത്തുകയും ചെയ്യുകയോ ഉണ്ടായാൽ ബന്ധപ്പെട്ട ഉദ്യോഗസ്ഥൻ ഇതു സംബന്ധമായ കാരണം അന്വേഷിച്ച് ഒരു നോട്ടീസ് ആ നികുതിദായകന് നൽകേണ്ടതാണ്. ഇത്തരത്തിലുള്ള നോട്ടീസ് നൽകുന്നത് ഇതിന്മേലുള്ള ഉത്തരവ് പുറപ്പെടുവിക്കാനായി നിയമത്തിന്റെ 73(10)ൽ നിർദ്ദേശിച്ചിട്ടുള്ള സമയപരിധിക്ക് മൂന്നു മാസം മുൻപെങ്കിലും ആയിരിക്കണമെന്ന് ഉപവകുപ്പ് രണ്ടിൽ വ്യക്തമാക്കിയിട്ടുണ്ട്.

നോട്ടീസ് നൽകുന്നതിനു മുമ്പായി നികുതിദായകൻ സ്വയം ബോധ്യപ്പെട്ട് വ്യത്യാസമുള്ള തുക അടയ്ക്കുകയാണെങ്കിൽ പിന്നീട് അത്തരം നോട്ടീസ് നൽകേണ്ട ആവശ്യമില്ല.

എന്നാൽ നോട്ടീസ് കൈപ്പറ്റി മുപ്പതു ദിവസത്തിനകം നികുതി ബാധ്യത ഒടുക്കുകയാണെങ്കിൽ അതിന്മേൽ പിഴത്തുക ചുമത്തേണ്ടതില്ല. കൂടാതെ അതോടുകൂടി അതിലുള്ള നടപടികൾ അവസാനിക്കുകയും ചെയ്യുന്നു.

മുപ്പതു ദിവസത്തിനകം ബാധ്യത ഒടുക്കാത്തവയിൽ നിയമ പ്രകാരമുള്ള നികുതിബാധ്യതയും പലിശയും അനുബന്ധഫീസുകളും കൂടാതെ പിഴപ്പലിശയും കൂടി അടയ്ക്കേണ്ടതുണ്ട്. പിഴപ്പലിശയായി നികുതിത്തുകയുടെ 10 ശതമാനം, അല്ലെങ്കിൽ പതിനായിരം രൂപ ഇതിൽ ഏതാണോ കൂടുതൽ അതായിരിക്കും ചുമത്തുക.

ഇതിന്മേലുള്ള ഉത്തരവ് പുറപ്പെടുവിക്കാനുള്ളത് പ്രസ്തുത സാമ്പത്തികവർഷത്തെ വാർഷികറിട്ടേൺ സമർപ്പിക്കേണ്ട തിയതി മുതൽ മൂന്നു വർഷമാണ്.

സ്വയം നിർണയിച്ച നികുതിയും നികുതിയായി പിരിച്ചെടുത്ത തുകയും 30 ദിവസത്തിനകം അടയ്ക്കാതിരിക്കുന്ന സന്ദർഭങ്ങളിലും പിഴത്തുക ചുമത്തുന്നതാണ്.

രണ്ടാമത്തെ കാരണമായ മനപ്പൂർവ്വം നികുതി വെട്ടിക്കാനുള്ള ശ്രമം നടത്തുന്നവർ വകുപ്പ് 74 പ്രകാരമുള്ള നടപടികൾക്ക് വിധേയമാവുന്നതാണ്.

ഇത്തരത്തിലുള്ളവയിൽ നടപടി സ്വീകരിച്ച് ഉത്തരവിറക്കേണ്ട കാലാവധി അവസാനിക്കുന്നതിന് ആറുമാസം മുമ്പെങ്കിലുമായി ഇതു സംബന്ധമായി ഒരു കാരണം കാണിക്കൽ നോട്ടീസ് നൽകേണ്ടതുണ്ട്. എന്നാൽ ഇത്തരമൊരു നോട്ടീസ് നൽകുന്നതിന് മുൻപായി അയാൾ സ്വയം നികുതി നിർണയം നടത്തി നികുതിത്തുകയും പലിശയും നികുതിത്തുകയായി അയാൾ കണക്കാക്കിയ തുകയുടെ 15 ശതമാനം തുക പിഴത്തുകയായും അടച്ച് അത് സംബന്ധമായി രേഖാമൂലം ബന്ധപ്പെട്ട ഉദ്യോഗസ്ഥനെ അറിയിച്ചാൽ ഇത്തരത്തിലൊരു നോട്ടീസ് പിന്നീട് അയയ്ക്കുവാൻ പാടില്ല. എന്നാൽ ഇങ്ങനെ അടച്ച തുക യഥാർത്ഥത്തിൽ അടയ്ക്കേണ്ടതിൽനിന്നും കുറവായി കാണുന്നപക്ഷം, ആ കുറവുള്ള തുകയ്ക്കായി മാത്രം നോട്ടീസ് നൽകേണ്ടതാണ്.

ഇങ്ങനെയുള്ളവയിൽ ഉത്തരവ് പുറപ്പെടുവിക്കാനുള്ള കാലാവധി പ്രസ്തുത സാമ്പത്തികവർഷത്തെ വാർഷികറിട്ടേൺ സമർപ്പിക്കേണ്ട തിയതി മുതൽ അഞ്ചുവർഷമാണ്.

വകുപ്പ് 74(9) പ്രകാരം ഉത്തരവ് നൽകി 30 ദിവസത്തിനകം അടയ്ക്കാൻ ആവശ്യപ്പെട്ടിരിക്കുന്ന നികുതിയും പലിശയും പിഴത്തുകയുടെ പകുതിയും അടയ്ക്കുകയാണെങ്കിൽ ഈ വകുപ്പ് അനുസരിച്ചുള്ള നടപടികളെല്ലാം പൂർത്തിയായതായി കണക്കാക്കി അവസാനിപ്പിക്കുന്നതാണ്.

വകുപ്പ് 73 അല്ലെങ്കിൽ 74 അനുസരിച്ച് ഒരാളിൽ പിഴത്തുക ചുമത്തിക്കഴിഞ്ഞാൽ ഈ നിയമത്തിന്റെ മറ്റൊരു വകുപ്പും അനുസരിച്ച് ആ കുറ്റത്തിന് പിഴ ചുമത്താൻ പാടുള്ളതല്ല.

39-ാം വകുപ്പ് പ്രകാരം സമർപ്പിച്ച റിട്ടേണനുസരിച്ച് നികുതി സ്വയം നിർണയിച്ച കാര്യത്തിൽ നികുതി ഭാഗികമായോ പൂർണമായോ അടയ്ക്കാതിരിക്കുകയോ അടയ്ക്കേണ്ടതായുള്ള പലിശത്തുക അടയ്ക്കാതിരിക്കുകയോ ചെയ്താൽ വകുപ്പ് 79ൽ പരാമർശിച്ചിട്ടുള്ള രീതിയിൽ വസൂലാക്കുന്നതാണ്. ഇതിനായി പ്രധാനമായി അവലംബിക്കേണ്ടുന്ന രീതികൾ താഴെപ്പറയുന്നവയാണ്.

1. നികുതി അടയ്ക്കാൻ ബാധ്യതപ്പെട്ടയാൾക്ക് പണം കൊടുക്കുവാനുള്ള തുകയിൽനിന്നും ഉത്തരവാദപ്പെട്ട അധികാരിക്കോ അദ്ദേഹം ചുമതലപ്പെടുത്തുന്ന മറ്റേതെങ്കിലും അധികാരിക്കോ തുക തട്ടിക്കിഴിക്കാവുന്നതാണ്.
2. നികുതി അടയ്ക്കാൻ ബാധ്യതപ്പെട്ട ആളിന്റെ ഉടമസ്ഥതയിലുള്ള സാധനങ്ങൾ പിടിച്ചെടുക്കാനും അവ വില്പന നടത്തി തുക വസൂലാക്കാനും ഉത്തരവാദപ്പെട്ട അധികാരിക്കോ അദ്ദേഹം ചുമതലപ്പെടുത്തുന്ന മറ്റേതെങ്കിലും അധികാരിക്കോ അധികാരം ഉണ്ടായിരിക്കുന്നതാണ്.
3. നികുതി അടയ്ക്കാൻ ബാധ്യതപ്പെട്ടയാൾക്ക് അപ്പോൾ പണം നൽകുവാനോ ഭാവിയിൽ നൽകുവാനോ ഉള്ള വ്യക്തികൾക്ക് അല്ലെങ്കിൽ നികുതി അടയ്ക്കാൻ ബാധ്യതപ്പെട്ടയാളുടെ പണം അപ്പോൾ കൈവശം വെച്ചിരിക്കുന്നവർ അല്ലെങ്കിൽ ഭാവിയിൽ കൈവശമെത്താൻ സാധ്യതയുള്ളവർ എന്നിവർക്ക് നോട്ടീസ് നൽകി ഉത്തരവാദപ്പെട്ട അധികാരിക്ക് വസൂലാക്കാവുന്നതാണ്.
4. അധികാരപ്പെടുത്തിയ ഉദ്യോഗസ്ഥൻ നിയോഗിച്ച ആൾക്ക്, നികുതി നൽകാൻ ബാധ്യതപ്പെട്ട ആളിന്റെ ഉടമസ്ഥതയിൽ അല്ലെങ്കിൽ നിയന്ത്രണത്തിൽ ഉള്ള വസ്തുവകകൾ കണ്ടുകെട്ടുന്നതിനും തടഞ്ഞുവെക്കുന്നതിനും അധികാരം ഉണ്ടായിരിക്കുന്നതാണ്. അടയ്ക്കുവാനുള്ള തുക 30 ദിവസത്തിനുള്ളിൽ അടയ്ക്കാതിരുന്നാൽ, പ്രസ്തുത വസ്തുവകകൾ വിൽക്കാനും അതിലൂടെ ലഭിക്കുന്ന തുകയിൽനിന്നും നികുതിബാധ്യതയും വില്പനച്ചെലവും കഴിച്ച് ബാക്കിയുള്ള തുക പ്രസ്തുത വ്യക്തിക്ക് തിരിച്ചുനൽകുകയും ചെയ്യേണ്ടതാണ്.

5. ബന്ധപ്പെട്ട അധികാരി, നികുതി നൽകാൻ ബാധ്യതപ്പെട്ട ആൾക്ക്, സ്വന്തമായി ഭൂമിയുള്ളതോ അയാൾ താമസിക്കുന്നതോ അല്ലെങ്കിൽ ബിസിനസ് ചെയ്യുന്നതോ ആയ പ്രദേശത്തെ ജില്ലാ കളക്ടർക്ക്, കുടിശ്ശിക തുക കാണിച്ച് ഒരു സർട്ടിഫിക്കറ്റ് നൽകേണ്ടതാണ്. പ്രസ്തുത സർട്ടിഫിക്കറ്റ് ലഭിച്ചാൽ ഉടൻ ജില്ലാ കളക്ടർ റവന്യൂ റിക്കവറി നടപടികൾ ആരംഭിക്കേണ്ടതാണ്.

സ്വയം നിർണയിച്ചതല്ലാതെയുള്ള നികുതി ബാധ്യത ഒന്നിച്ചടയ്ക്കാൻ നിർവാഹമില്ലാത്ത സാഹചര്യത്തിൽ അവ തവണകളായി അടയ്ക്കാനുള്ള സൗകര്യത്തിനായി ബന്ധപ്പെട്ട കമ്മീഷണറോടോ ചീഫ് കമ്മീഷണറോടോ രേഖാമൂലം ആവശ്യപ്പെടാവുന്നതാണ്. അങ്ങനെയുള്ള അപേക്ഷയിന്മേൽ നിർദ്ദേശിക്കപ്പെട്ട വ്യവസ്ഥകൾക്കും നിയന്ത്രണങ്ങൾക്കും വിധേയമായി പരമാവധി 24 തവണകൾ വരുന്ന മാസഗഡുക്കളായി അടയ്ക്കുന്നതിനുള്ള അനുവാദം നൽകാനുള്ള അധികാരം ഈ ഉദ്യോഗസ്ഥന്മാരിൽ ലഭ്യമാണ്. എന്നാൽ ഇങ്ങനെ അടയ്ക്കുന്ന ഗഡുക്കൾക്ക് വകുപ്പ് 36 പ്രകാരമുള്ള പലിശ അടയ്ക്കേണ്ടിവരുന്നതാണ്.

അപ്പീലിലുൾപ്പെടെ ഏതെങ്കിലും തരത്തിൽ നികുതിബാധ്യത ഉയർത്തി പുനർനിർണയം നടത്തിയാൽ ആദ്യത്തെ ബാധ്യതയിലുള്ള തുക വസൂലാക്കാനുള്ള നടപടിയോടൊപ്പം അധികമായി വന്ന ബാധ്യതത്തുക അടയ്ക്കാൻ ആവശ്യപ്പെട്ടുകൊണ്ട് നോട്ടീസ് നൽകേണ്ടതുമാണ്.

നികുതി അടയ്ക്കാൻ ബാധ്യതപ്പെട്ട ഒരു വ്യക്തി അയാളുടെ ബാധ്യത നിലനിൽക്കുമ്പോൾതന്നെ തന്റെ ബിസിനസ് പൂർണമായോ ഭാഗികമായോ മറ്റൊരാൾക്ക് വിൽക്കുകയോ സമ്മാനം, പാട്ടം, ലൈസൻസ് തുടങ്ങിയ മാർഗങ്ങളിലൂടെയോ കൈമാറ്റം ചെയ്യുകയോ ചെയ്താൽ അങ്ങനെയുള്ള നടപടി സ്വീകരിച്ച തിയതിയിലുള്ള നികുതി ബാധ്യത വാങ്ങുകയും കൊടുക്കുകയും ചെയ്ത രണ്ടുപേർക്കും ഒരുമിച്ചോ പ്രത്യേകമായോ ബാധകമാകുന്നതാണ്.

ഒരു കമ്പനി അടച്ചുപൂട്ടിയാൽ അങ്ങനെ അടച്ചുപൂട്ടുന്നതിന് മുൻപോ അതിനുശേഷമോ ഉള്ള നികുതി ഉൾപ്പെടെയുള്ള എല്ലാ ബാധ്യതകൾക്കും ആ കാലയളവിലെ ഡയറക്ടർമാർ ഒന്നിച്ചോ പ്രത്യേകമായോ ബാധ്യതപ്പെട്ടവർ ആയിരിക്കും. എന്നാൽ ഏതെങ്കിലും ഡയറക്ടർ അയാളുടെ കടമ നിർവ്വഹിക്കാതിരിക്കലോ

അവഗണനമൂലമോ അല്ല അത്തരം ബാധ്യത ഉണ്ടായത് എന്ന് കമ്മീഷണർക്ക് ബോധ്യമാകുന്നവിധം തെളിയിച്ചാൽ അയാളെ അത്തരം ബാധ്യതയിൽനിന്നും ഒഴിവാക്കാവുന്നതാണ്.

പങ്കാളിത്ത ബിസിനസ്സിൽ എല്ലാ പങ്കാളികളും ഒന്നിച്ചോ പ്രത്യേകമായോ പലിശയും പിഴയുമുൾപ്പെടെയുള്ള നികുതി ബാധ്യതയ്ക്ക് വിധേയരാണ്. ഏതെങ്കിലും ഒരു പങ്കാളി വിരമിക്കുകയോ വിട്ടുപോവുകയോ ചെയ്യുന്നപക്ഷം ആ വിവരം കമ്മീഷണറെ അറിയിക്കേണ്ടതാണ്. അങ്ങനെ അറിയിച്ചാൽ വിരമിക്കുകയോ/വിട്ടുപോവുകയോ ചെയ്യുന്ന തിയതി വരെയുള്ള ബാധ്യത മാത്രമേ പ്രസ്തുത പങ്കാളിക്ക് ഉണ്ടായിരിക്കുകയുള്ളൂ. അത്തരത്തിൽ അറിയിക്കത്തക്ക സന്ദർഭങ്ങളിൽ, വിവരം കമ്മീഷണറെ അറിയിക്കുന്നതുവരെയുള്ള ബാധ്യത ആ പങ്കാളിക്കുകൂടി ഉണ്ടായിരിക്കും.

മൈനറായ വ്യക്തിയുടെ/കഴിവില്ലാത്ത വ്യക്തിയുടെ ബിസിനസ് ഒരു ഏജന്റ് അല്ലെങ്കിൽ രക്ഷകർത്താവ് അല്ലെങ്കിൽ ട്രസ്റ്റി മുഖാന്തിരം നടത്തപ്പെടുകയാണെങ്കിൽ പലിശയും പിഴയുമുൾപ്പെടെയുള്ള നികുതിബാധ്യത പ്രസ്തുത ഏജന്റ്/രക്ഷകർത്താവ്/ട്രസ്റ്റിയുടെ കൈയിൽനിന്നും ഈടാക്കുന്നതാണ്.

ഒരു നികുതിദായകന്റെ എസ്റ്റേറ്റ് ഒരു കോടതി നിയോഗിച്ച ട്രസ്റ്റി/അഡ്മിനിസ്ട്രേറ്റർ/റിസീവർ ഭരണത്തിൽ ആണെങ്കിൽ അതിന്മേലുള്ള പലിശയും പിഴയും ഉൾപ്പെടെയുള്ള നികുതിയുടെ ബാധ്യത പ്രസ്തുത അധികാരിയുടെ പക്കൽനിന്നും ബാധ്യതപ്പെട്ട ആളെന്നു കണക്കാക്കി ഈടാക്കുന്നതാണ്.

വീഴ്ചകളും പിഴകളും

ചരക്കുസേവന നികുതി നിയമത്തിന്റെ 122-ാം വകുപ്പിൽ ചിലതരം വീഴ്ചകൾക്ക് അല്ലെങ്കിൽ കുറ്റങ്ങൾക്ക് ഉള്ള പിഴ എന്താണെന്ന് വ്യക്തമാക്കിയിട്ടുണ്ട്. അതിൽ പറഞ്ഞിട്ടുള്ള വീഴ്ചകൾ (കുറ്റങ്ങൾ) ഇനി പറയുന്നവയാണ്.

1. ഇൻവോയ്സ് ഇല്ലാതെയോ തെറ്റായതോ ശരിയല്ലാത്തതോ ആയ ഇൻവോയ്സ് ഉപയോഗിച്ചോ സപ്ലൈയിലേർപ്പെടുക.
2. സപ്ലൈ നടത്താതെ ഇൻവോയ്സ് നൽകുക.
3. പിരിച്ച നികുതി മൂന്നുമാസം കഴിഞ്ഞിട്ടും അടയ്ക്കാതിരിക്കുക.
4. മൂന്നുമാസത്തിൽ കവിഞ്ഞ കാലയളവിൽ ചരക്ക് സേവന നികുതി നിയമം ലംഘിച്ചുകൊണ്ട് നികുതി അടയ്ക്കാതിരിക്കുക.
5. 51-ാം വകുപ്പ് പ്രകാരം ഉറവിടത്തിൽതന്നെ നികുതി തട്ടിക്കിഴിക്കേണ്ട വേളകളിൽ നികുതി തട്ടിക്കിഴിക്കാതിരിക്കുകയോ അല്ലെങ്കിൽ കുറച്ചുമാത്രം തട്ടിക്കിഴിക്കുകയോ അല്ലെങ്കിൽ ഉറവിടത്തിൽ തട്ടിക്കിഴിച്ച നികുതി നിർദ്ദേശ പ്രകാരം നിക്ഷേപിക്കാതിരിക്കുകയോ ചെയ്യുക.
6. 52-ാം വകുപ്പ് പ്രകാരം ഉറവിടത്തിൽതന്നെ പിരിക്കേണ്ടതായ നികുതിത്തുക പിരിക്കാതിരിക്കുകയോ കുറച്ചുമാത്രം പിരിക്കുകയോ, പിരിച്ച തുക പ്രസ്തുത നിയമപ്രകാരം സർക്കാരിലേക്ക് നിക്ഷേപിക്കാതിരിക്കുകയോ ചെയ്യുക.
7. ചരക്കുകളോ സേവനങ്ങളോ സ്വീകരിക്കാതെ ഇൻപുട്ട് ടാക്സ് ക്രെഡിറ്റ് സഹായകമാക്കുകയോ ഉപയോഗിക്കുകയോ ചെയ്യുക.
8. കൃത്രിമമായി നികുതി റീഫണ്ട് നേടുക.

9. വകുപ്പ് 20ലും ബന്ധപ്പെട്ട ചട്ടങ്ങളിലും നിർദ്ദേശിച്ചിട്ടുള്ളതിന് വിരുദ്ധായി ഇൻപുട്ട് ടാക്സ് ക്രെഡിറ്റ് എടുക്കുകയും വിതരണം ചെയ്യുകയും ചെയ്യുക.
10. നികുതി വെട്ടിക്കുവാൻ വേണ്ടി തെറ്റായ വിവരങ്ങൾ നൽകുക, അല്ലെങ്കിൽ സാമ്പത്തികക്കണക്ക് തെറ്റായി പുസ്തകത്തിൽ രേഖപ്പെടുത്തുക, അല്ലെങ്കിൽ തെറ്റായ കണക്കുകളോ രേഖകളോ നൽകുക.
11. നികുതി അടയ്ക്കാൻ ബാധ്യസ്ഥനായിട്ടും രജിസ്റ്റർ ചെയ്യാതിരിക്കുക.
12. രജിസ്ട്രേഷനുവേണ്ടി നൽകുന്നവയിൽ തെറ്റായ വിവരങ്ങൾ ചേർക്കുക.
13. ഏതെങ്കിലും ഉദ്യോഗസ്ഥനെ അയാളുടെ ചുമതല നിർവ്വഹിക്കുന്നതിൽ തടസ്സപ്പെടുത്തുക.
14. നിശ്ചിതരേഖകളില്ലാതെ ചരക്കുകൾ കടത്തുക.
15. നികുതിബാധ്യതയിൽനിന്നും ഒഴിഞ്ഞുമാറാനായി മൊത്ത വിറ്റുവരവ് കുറച്ചു കാണിക്കുക.
16. കണക്കുപുസ്തകങ്ങളും രേഖകളും നിയമാനുസൃതം സൂക്ഷിക്കുന്നതിൽ പരാജയപ്പെടുകയോ നിയമത്തിൽ പറഞ്ഞ കാലയളവിലെ കണക്കുപുസ്തകങ്ങളും രേഖകളും നിലനിർത്തുന്നതിൽ പരാജയപ്പെടുകയോ ചെയ്യുക.
17. ഒരു ഉദ്യോഗസ്ഥന് നിയമത്തിന്റെയും ചട്ടത്തിന്റെയും അടിസ്ഥാനത്തിൽ ആവശ്യമായ വിവരങ്ങളും രേഖകളും നൽകുന്നതിൽ പരാജയപ്പെടുകയോ ഏതെങ്കിലും നടപടിക്രമത്തിന്റെ ഭാഗമായി തെറ്റായ വിവരങ്ങളും രേഖകളും നൽകുകയോ ചെയ്യുക.
18. കണ്ടുകെട്ടലിന് കാരണമാകാവുന്ന തരത്തിലുള്ള ചരക്കുകൾ സംഭരിക്കുന്നതിലോ കടത്തുന്നതിലോ സപ്ലൈ ചെയ്യുന്നതിലോ ഏർപ്പെടുക.
19. മറ്റൊരാളുടെ രജിസ്ട്രേഷൻ നമ്പർ ഉപയോഗിച്ച് ഇൻവോയ്സോ അല്ലെങ്കിൽ മറ്റു രേഖകളോ ഇറക്കുക.
20. ആവശ്യമായ തെളിവുകൾ നശിപ്പിക്കുകയോ കേടുവരുത്തുകയോ ചെയ്യുക.

21. നിയമപ്രകാരം തടഞ്ഞുവെക്കപ്പെട്ടതോ പിടിച്ചെടുത്തതോ അറ്റാച്ച് ചെയ്യപ്പെട്ടതോ ആയ ചരക്കുകൾ കേടുവരുത്തുകയോ നീക്കം ചെയ്യുകയോ ചെയ്യുക.

മേൽസൂചിപ്പിച്ചവയിൽപ്പെട്ട കുറ്റകൃത്യങ്ങൾ ചെയ്തിട്ടുള്ള വ്യക്തികൾക്ക് പതിനായിരം രൂപയിൽ കുറയാതെ ഉള്ളതും ഇതിലൂടെ വെട്ടിച്ചതോ അല്ലെങ്കിൽ സർക്കാരിലേക്ക് ലഭിക്കേണ്ടതായ തുകയോ സർക്കാരിന് നഷ്ടപ്പെട്ട തുകയോ ഏതാണോ ആ തുക അത്രയും അടയ്ക്കാൻ ബാധ്യസ്ഥരായിരിക്കും.

മേൽപ്പറഞ്ഞ കുറ്റങ്ങളിൽ ഏതെങ്കിലും ചെയ്യാൻ പ്രേരിപ്പിക്കുകയോ സഹായിക്കുകയോ ചെയ്യുന്നവർ, കണ്ടുകെട്ടലിന് വിധേയമായ ചരക്കുകളുമായി ഇടപെടുന്നവർ, നിയമത്തിന് വിരുദ്ധമായി സേവനങ്ങൾ 'സപ്ലൈ' ചെയ്യുകയോ സ്വീകരിക്കുകയോ ചെയ്യുന്നവർ, സമൻസ് നൽകിയ അധികാരിയുടെ മുന്നിൽ ഹാജരാകാതിരുന്നവർ, നിയമപ്രകാരം സപ്ലൈയുമായി ബന്ധപ്പെട്ട് ഇൻവോയ്സ് തയ്യാറാക്കി നൽകാതിരിക്കുകയോ അല്ലെങ്കിൽ ഇൻവോയ്സിന്റെ കണക്കുകൾ രേഖപ്പെടുത്താതിരിക്കുകയോ ചെയ്യുന്നവർ എന്നിവരെല്ലാം നികുതിവിധേയവ്യക്തികളല്ലെങ്കിൽ കൂടി പരമാവധി 25,000 രൂപവരെ പിഴ ചുമത്താവുന്ന കുറ്റം ചെയ്തവരായി കണക്കാക്കി പിഴ വിധിക്കാവുന്നതാണ്.

പ്രത്യേകം പിഴ നിശ്ചയിച്ചിട്ടില്ലാത്ത നിയമങ്ങളുടെയോ ചട്ടങ്ങളുടെയോ ലംഘനം നടത്തിയിട്ടുള്ളവർക്കും 25,000 രൂപ വരെയുള്ള പിഴ ശിക്ഷയായി നൽകാവുന്നതാണ്.

അർഹതയില്ലാതെ കോമ്പോസിഷൻ രീതി പിൻതുടരുന്നതായി ബോധ്യപ്പെട്ടാൽ അങ്ങനെയുള്ള വ്യക്തികൾ കൃത്യമായ നികുതിത്തുകയ്ക്ക് പുറമേ തുല്യമായ തുക പിഴയായും അടയ്ക്കേണ്ടതായി വരും.

പ്രോസിക്യൂഷൻ

ഗുരുതരമായ കുറ്റങ്ങൾ ചെയ്യുന്ന വ്യക്തികൾക്ക് എതിരെ ക്രിമിനൽ നടപടിക്രമപ്രകാരമുള്ള ശിക്ഷാനടപടികളും എടുക്കാവുന്നതാണ്. അത്തരം നടപടികൾ ആവശ്യമുള്ള കുറ്റങ്ങൾ നിയമത്തിന്റെ 132-ാം വകുപ്പിൽ വ്യക്തമാക്കിയിട്ടുണ്ട്. അവ താഴെപ്പറയുന്നവയാണ്.

1. ഇൻവോയ്സ് ഇല്ലാതെയോ, തെറ്റായതോ ശരിയല്ലാത്തതോ ആയ ഇൻവോയ്സ് ഉപയോഗിച്ചോ സപ്ലൈയിൽ ഏർപ്പെടുക.
2. സപ്ലൈ നടത്താതെ ഇൻവോയ്സ് ഇറക്കുക.
3. മേൽസൂചിപ്പിച്ച ഇൻവോയ്സ് ഉപയോഗിച്ച് ക്രെഡിറ്റ് എടുക്കുക.
4. വസൂലാക്കിയ നികുതി മൂന്നുമാസം കഴിഞ്ഞിട്ടും അടയ്ക്കാതിരിക്കുക.
5. മേൽസൂചിപ്പിച്ച രീതിയിലല്ലാതെ നികുതി വെട്ടിക്കുക, തെറ്റായ മാർഗങ്ങളിലൂടെ ഇൻപുട്ട് ടാക്സ് ക്രെഡിറ്റ് നേടുകയോ റീഫണ്ട് കരസ്ഥമാക്കുകയോ ചെയ്യുക.
6. നികുതി അടയ്ക്കാതിരിക്കുന്നതിനുവേണ്ടി തെറ്റായ വിവരങ്ങൾ നൽകുകയോ, അല്ലെങ്കിൽ കണക്കുപുസ്തകത്തിൽ തെറ്റായി രേഖപ്പെടുത്തുകയോ, അല്ലെങ്കിൽ തെറ്റായ കണക്കുകളോ രേഖകളോ നൽകുകയോ ചെയ്യുക.
7. ഉദ്യോഗസ്ഥന്മാരെ അവരുടെ കർത്തവ്യങ്ങളിൽ തടസ്സപ്പെടുത്തുക.
8. കണ്ടുകെട്ടലിന് വിധേയമാകേണ്ട ഏതെങ്കിലും ചരക്കുകൾ സ്വീകരിക്കുന്നതിലോ സംഭരിക്കുന്നതിലോ കടത്തുന്നതിലോ സപ്ലൈ ചെയ്യുന്നതിലോ ഏർപ്പെടുക.
9. നിയമത്തിന് വിരുദ്ധമായി സേവനങ്ങൾ സപ്ലൈ ചെയ്യുകയോ സ്വീകരിക്കുകയോ ഏർപ്പെടുകയോ ചെയ്യുക.
10. രേഖകളോ മറ്റുതരത്തിലുള്ള തെളിവുകളോ നശിപ്പിക്കുക.
11. നിയമത്തിന്റെയും ചട്ടത്തിന്റെയും അടിസ്ഥാനത്തിൽ ആവശ്യമായ വിവരങ്ങൾ നൽകാതിരിക്കുകയോ അഥവാ തെറ്റായ വിവരങ്ങൾ നൽകുകയോ ചെയ്യുക.
12. മുകളിൽ പറഞ്ഞ പതിനൊന്ന് കുറ്റങ്ങൾ ചെയ്യുകയോ ചെയ്യുന്നതിന് സഹായം നൽകുകയോ ചെയ്യുക.

ഈ കുറ്റങ്ങൾമൂലം സർക്കാരിന് ലഭിക്കേണ്ടതോ നഷ്ടപ്പെട്ടതോ ആയ തുകയുടെ തോത് അനുസരിച്ചാണ് ശിക്ഷ നൽകുന്നത്.

ഈ കുറ്റം നടത്തിയതിലുൾപ്പെട്ട തുക 500 ലക്ഷത്തിന് മുകളിലാണെങ്കിൽ ശിക്ഷ പരമാവധി 5 വർഷം തടവും പിഴയുമായിരിക്കും. തുക 200 ലക്ഷത്തിനും 500 ലക്ഷത്തിനുമിടയിലാണെങ്കിൽ പരമാവധി 3 വർഷം തടവും പിഴയും ആയിരിക്കും ശിക്ഷ. 100

ലക്ഷത്തിനും 200 ലക്ഷത്തിനുമിടയിലുള്ള തുകയായാൽ ശിക്ഷയായി പരമാവധി ഒരു വർഷം തടവും പിഴയുമാണ് വിധിക്കുക.

മേൽസൂചിപ്പിച്ച കുറ്റങ്ങളിൽ 6,7,10 എന്നീ ക്രമനമ്പറിൽ പറഞ്ഞിട്ടുള്ള കുറ്റങ്ങൾക്ക് പരമാവധി 6 മാസം തടവോ പിഴയോ രണ്ടുംകൂടിയോ വിധിക്കാവുന്നതാണ്.

ഈ കുറ്റങ്ങളിൽ 1 മുതൽ 4 വരെയുള്ളവയിൽ 500 ലക്ഷം രൂപയിൽ കൂടുതൽ വരുന്ന കുറ്റങ്ങൾ Cognizable കേസുകളായിരിക്കും. അത്തരം കേസുകളിൽ ജാമ്യം ലഭിക്കുന്നതല്ല. എന്നാൽ മറ്റുള്ളവയിൽ ജാമ്യം ലഭിക്കുന്നതിന് നിയമം തടസ്സമല്ല.

അപ്പീലുകളും പുനരവലോകനങ്ങളും

ചരക്കുസേവന നികുതി നിയമപ്രകാരം പുറപ്പെടുവിച്ചിട്ടുള്ള ഏതെങ്കിലും ഉത്തരവിൽ പരാതിയുള്ള സാഹചര്യത്തിൽ ഇതു സംബന്ധമായി പരിഹാരം തേടി ബന്ധപ്പെട്ട അധികാരികളുടെ മുൻപിൽ അപ്പീൽ സമർപ്പിക്കാവുന്നതാണ്. ബന്ധപ്പെട്ട ഉത്തരവ് കൈപ്പറ്റി മൂന്നുമാസത്തിനകം അപ്പീൽ സമർപ്പിക്കേണ്ടതുണ്ട്. CGST നിയമപ്രകാരം ചുമതലപ്പെട്ട ഉദ്യോഗസ്ഥന്റെ ഉത്തരവിനെതിരെ അതേ നിയമപ്രകാരം ചുമതലപ്പെടുത്തിയിട്ടുള്ള അധികാരിയുടെ മുന്നിൽ മാത്രമേ അപ്പീൽ സമർപ്പിക്കാൻ കഴിയുകയുള്ളൂ. അതുപോലെ തന്നെയാണ് SGST നിയമപ്രകാരവും UTGST നിയമപ്രകാരവും ചുമതലപ്പെട്ട ഉദ്യോഗസ്ഥരുടെ ഉത്തരവിനെതിരെ അപ്പീൽ നൽകേണ്ടതും. പ്രഥമ അപ്പീൽ നൽകേണ്ടത് അപ്പീൽ കമ്മീഷണർ/അഡീഷണൽ കമ്മീഷണർ (അപ്പീൽ) എന്നീ അധികാരികളുടെ മുന്നിലാണ്.

അപ്പീൽ നൽകേണ്ട കാലാവധിയായ മൂന്നുമാസത്തിനകം മതിയായ കാരണങ്ങളാൽ അപ്പീൽ സമർപ്പിക്കാൻ കഴിയാതെ പോയാൽ ആ കാരണങ്ങൾ കാണിച്ച് കാലവിളംബത്തിന് മാപ്പപേക്ഷിക്കുന്നപക്ഷം കാരണങ്ങൾ സ്വീകാര്യമാണെന്ന് ബോധ്യപ്പെട്ടാൽ മറ്റൊരു 30 ദിവസംകൂടി സമയം നീട്ടി നൽകാൻ ബന്ധപ്പെട്ട അപ്പീൽ അധികാരിക്ക് അധികാരം ഉണ്ടായിരിക്കുന്നതാണ്.

അപ്പീൽ നൽകേണ്ടത് GST-APL-01 എന്ന ഫോറത്തിലാണ്. അപേക്ഷയോടൊപ്പം തർക്കത്തിലുള്ള തുകയുടെ പത്തു ശതമാനം തുക മുൻകൂറായി കെട്ടിവെച്ച് വേണം അപേക്ഷ സമർപ്പിക്കാൻ. എന്നാൽ SGST നിയമപ്രകാരം സമർപ്പിക്കുന്ന അപേക്ഷയോടൊപ്പം സ്വയം നിർണയം ചെയ്തംഗീകരിച്ച തുകയുൾപ്പെടെയുള്ള

നികുതിത്തുകയുടെ പത്തു ശതമാനമാണ് മുൻകൂറായി അടയ്ക്കേണ്ടത്.

അപ്പീൽ ഫയൽ ചെയ്താൽ ഉടനെതന്നെ താൽക്കാലികമായ ഒരു കൈപ്പറ്റ് രസീത് (Acknowledgement) നൽകുന്നതാണ്.

ഓൺലൈനായി നൽകിയ അപേക്ഷയുടെ ഒരു പകർപ്പ് എടുത്ത് ഏഴു ദിവസത്തിനകം അയച്ചുകൊടുക്കേണ്ടതാണ്. ഏഴു ദിവസത്തിനകം അയച്ചുകൊടുക്കുന്നവയുടെ സ്വീകരണത്തിയതി ഓൺലൈനായി അപേക്ഷിച്ച തിയതി തന്നെയായി കണക്കാക്കുന്നതാണ്. എന്നാൽ ഏഴു ദിവസം കഴിഞ്ഞാണ് പകർപ്പ് സമർപ്പിക്കുന്നതെങ്കിൽ ആ ദിവസമാണ് അപേക്ഷ നൽകിയതായി കണക്കാക്കുന്നത്.

ഏതെങ്കിലും ഒരു കീഴുദ്യോഗസ്ഥന്റെ ഉത്തരവ് നിയമപരമായോ മറ്റോ കുറ്റമുള്ളതായി കാണുകയും അത് തിരുത്തപ്പെടേണ്ടത് ആവശ്യമായിത്തോന്നുകയും ചെയ്താൽ ആ ഉത്തരവിനെതിരെ അപ്പീൽ നൽകാനുള്ള നടപടി വകുപ്പ് തലത്തിൽ സ്വീകരിക്കേണ്ടതാണ്. ഇതിനായി ബന്ധപ്പെട്ട കമ്മീഷണർ അത് സംബന്ധമായുള്ള രേഖകൾ വിളിച്ചുവരുത്തി പരിശോധിച്ച് അപ്പീൽ നൽകേണ്ടതായി കാണുന്ന സാഹചര്യത്തിൽ തന്റെ കീഴുദ്യോഗസ്ഥനെക്കൊണ്ട് അപ്പീൽ കമ്മീഷണർ മുൻപാകെ അപ്പീൽ സമർപ്പിക്കാൻ നിർദ്ദേശം നൽകേണ്ടതാണ്. അങ്ങനെയുള്ള അപ്പീൽ നൽകാനുള്ള കാലാവധി പരമാവധി ആറുമാസമാണ്. ഇതിനുള്ള അപ്പീൽ GST APL-03 എന്ന ഫോറത്തിലാണ് നൽകേണ്ടത്. ഓൺലൈനായി നൽകുന്ന അപേക്ഷയുടെ പകർപ്പ് നേരിട്ട് ഏഴു ദിവസത്തിനകം എത്തിക്കേണ്ടതുണ്ട്. ഏഴു ദിവസത്തിനുശേഷം സമർപ്പിക്കുന്ന അപേക്ഷ പകർപ്പ് ലഭിച്ച ദിവസം മാത്രമേ സമർപ്പിച്ചതായി കണക്കാക്കുകയുള്ളൂ.

മനഃപൂർവ്വമല്ലാത്ത കാരണങ്ങളാൽ വിട്ടുപോയതും പ്രസക്തവുമായ വിവരങ്ങൾ അപ്പീൽ സമർപ്പണത്തെ തുടർന്ന് വാദം നടക്കുന്ന സമയത്തോ അതിനു മുൻപോ സമർപ്പിച്ചാൽ അപ്പീൽ അധികാരിക്ക് സ്വീകാര്യമെന്ന് കാണുന്നപക്ഷം അവ അംഗീകരിക്കുന്നതാണ്.

അപ്പീലിന്മേൽ കഴിയുന്നതും ഒരു വർഷത്തിനകം ഉത്തരവ് പുറപ്പെടുവിക്കേണ്ടതാണ്.

ഉത്തരവിന്റെ ഒരു സംക്ഷിപ്തരൂപം SGST-APL-04എന്ന ഫോറത്തിൽ തയ്യാറാക്കി പുറപ്പെടുവിക്കണം.

ഏതെങ്കിലും ഒരു കീഴുദ്യോഗസ്ഥന്റെ ഉത്തരവ് സ്വന്തം രീതിയിലോ അല്ലെങ്കിൽ മറ്റു GST നിയമപ്രകാരം അതാത് നിയമാനുസൃതമുള്ള കമ്മീഷണർമാരുടെ അപേക്ഷപ്രകാരമോ പുനഃപരിശോധന നടത്തേണ്ടതായി കാണുന്നപക്ഷം ആ ഉത്തരവിനെ ഒരു നിശ്ചിതകാലത്തേക്ക് തടഞ്ഞുവെച്ച് മറ്റൊരുത്തരവ് പുറപ്പെടുവിക്കാനുള്ള അധികാരം അതിന് ചുമതലപ്പെടുത്തിയിട്ടുള്ള മേലുദ്യോഗസ്ഥനിൽ നിക്ഷിപ്തമാണ്. ഇങ്ങനെയൊരുത്തരവ് പുറപ്പെടുവിക്കുന്നതിന് മുൻപ് ബന്ധപ്പെട്ട വ്യക്തിക്ക് അവരുടേതായ വിശദീകരണം നൽകാനുള്ള അവസരം നൽകേണ്ടതാണ്.

ഇങ്ങനെയുള്ള ഉത്തരവുകൾ ഒരു നികുതിദായകന് അപ്പീൽ നൽകാനുള്ള കാലയളവിലും അപ്പീൽ നൽകിക്കഴിഞ്ഞാൽ അതിനുശേഷവും പുറപ്പെടുവിക്കാൻ പാടുള്ളതല്ല.

പുനഃപരിശോധിക്കുന്ന ഉത്തരവ് പുറപ്പെടുവിച്ച് മൂന്നു വർഷത്തിനുശേഷം അതിന്മേൽ പുനഃപരിശോധന നടത്താനുള്ള അധികാരം ഉണ്ടായിരിക്കുന്നതല്ല.

അപ്പലേറ്റ് ട്ര്യിബ്യൂണലിന് മുൻപാകെയുള്ള അപ്പീൽ

രണ്ടാംഘട്ട അപ്പീലായി നൽകേണ്ടത് ചരക്ക് സേവന നികുതി അപ്പലേറ്റ് ട്രിബ്യൂണൽ മുൻപാകെയാണ്. ഈ ട്രിബ്യൂണലിന് ദേശീയതലത്തിൽ ഒരു പ്രധാന ബഞ്ചും കൂടാതെ പ്രാദേശിക ബഞ്ചുകളും സംസ്ഥാന ബെഞ്ചും അവയുടെ മേഖലാബെഞ്ചുകളും ഉണ്ട്.

പ്രഥമ അപ്പീൽ അധികാരിയുടെയും പുനഃപരിശോധന അധികാരിയുടെയും ഉത്തരവുകൾക്കെതിരെ ട്രിബ്യൂണലുകളിൽ അപ്പീൽ ഫയൽ ചെയ്യാവുന്നതാണ്. സപ്ലൈയുടെ സ്ഥലത്തെ സംബന്ധിച്ചു കൂടിയുള്ള അപ്പീലുകളാണെങ്കിൽ അവ ദേശീയതലത്തിലുള്ള പ്രധാന ബെഞ്ചിനോ അതിന്റെ പ്രാദേശികബെഞ്ചുകൾക്കോ ആണ് അപ്പീൽ സമർപ്പിക്കേണ്ടത്. മറ്റു കാര്യങ്ങളിലുള്ള അപ്പീലുകൾ സംസ്ഥാനതലത്തിലുള്ള ബെഞ്ചുകളുടെയും അവയുടെ മേഖലാ ബെഞ്ചുകളുടെയും അധികാരപരിധിക്കുള്ളിൽ വരുന്നതാണ്.

50,000 രൂപയ്ക്ക് മുകളിൽ വരാത്ത തുകയിലുള്ള അപ്പീൽ ഫയലിൽ സ്വീകരിക്കാതെതന്നെ തള്ളിക്കളയാവുന്നതാണ്.

അപ്പീൽ സമർപ്പിക്കാനുള്ള കാലാവധി മൂന്നു മാസമാണ്. എന്നാൽ മതിയായ കാരണങ്ങൾമൂലം കഴിയാതിരുന്നവർക്ക് അവ രേഖാമൂലം സമർപ്പിച്ചാൽ അവ തൃപ്തികരമാണെന്നു കാണുന്ന പക്ഷം മറ്റൊരു മൂന്നുമാസത്തെ കാലാവധികൂടി അനുവദിച്ചു നൽകാനുള്ള അധികാരം ട്രിബ്യൂണലിന് നൽകിയിട്ടുണ്ട്.

പ്രഥമ അപ്പീൽ സംബന്ധമായി മേൽ സൂചിപ്പിച്ചതുപോലെ ഒരു പ്രഥമ അപ്പീൽ അധികാരിയുടെയോ പുനഃപരിശോധനാ അധികാരിയുടെയോ ഉത്തരവിനെതിരെ വകുപ്പിനും ട്രിബ്യൂണൽ മുൻപാകെ അപ്പീൽ സമർപ്പിക്കാവുന്നതാണ്. ഇത് സംബന്ധമായ നിർദ്ദേശം ബന്ധപ്പെട്ട കമ്മീഷണർ നൽകേണ്ടതും അതനുസരിച്ച് അദ്ദേഹത്തിന്റെ കീഴുദ്യോഗസ്ഥൻ അപ്പീൽ സമർപ്പിക്കേണ്ടതുമാകുന്നു. ഇങ്ങനെയുള്ള അപ്പീൽ സമർപ്പിക്കാനുള്ള കാലാവധിയും പ്രഥമ അപ്പീലിനെന്നപോലെ ആറുമാസമാണ്. മറ്റൊരു മൂന്നുമാസത്തേക്കുകൂടി കാലവിളംബത്തിന് ഇളവനുവദിച്ച് നൽകാനുള്ള അധികാരം ട്രിബ്യൂണലിനുണ്ട്.

തർക്കത്തിലുള്ള നികുതിത്തുകയും അതുമായി ബന്ധപ്പെട്ട മറ്റു തുകകളുണ്ടെങ്കിൽ അവയും ചേർന്ന് വരുന്ന തുകയിൽ ഓരോ ലക്ഷം രൂപയ്ക്കും ആയിരം രൂപ എന്ന കണക്കിൽ പരമാവധി 25,000 രൂപ വരെ അപ്പീൽ ഫയൽ ചെയ്യുന്നതിലേക്കായി ഫീസിനത്തിൽ അടയ്ക്കേണ്ടതുണ്ട്. കൂടാതെ പ്രഥമ അപ്പീലിന് അടച്ചതായ തർക്കത്തുകയുടെ 10 ശതമാനം വരുന്ന തുകയ്ക്കുപരിയായി മറ്റൊരു ഇരുപതു ശതമാനം തുകകൂടി മുൻകൂറായി അടയ്ക്കേണ്ടതാണ്. അനുകൂലമായ വിധി ഉണ്ടാകുന്നപക്ഷം മുൻകൂർ അടച്ച തുക ആറ് ശതമാനം പലിശയോടുകൂടി തിരിച്ചു നൽകുന്നതാണ്.

സംസ്ഥാനതലത്തിലുള്ള ബെഞ്ചുകളുടെയും അവയുടെ മേഖലാബെഞ്ചുകളുടെയും അപ്പീൽ വിധിക്കെതിരെ ഹൈക്കോടതിയിൽ അപ്പീൽ നൽകാവുന്നതാണ്. എന്നാൽ ദേശീയതലത്തിലുള്ള ബെഞ്ചിന്റെയും അവയുടെ പ്രാദേശികമേഖലാ ബെഞ്ചുകളുടെയും വിധികൾക്കെതിരെ സുപ്രീംകോടതിയിൽ മാത്രമേ അപ്പീൽ നൽകാൻ കഴിയുകയുള്ളൂ.

ഹൈക്കോടതിയുടെ വിധികൾക്കെതിരെയും സുപ്രീംകോടതിയിൽ അപ്പീൽ നൽകാവുന്നതാണ്.

ഒത്തുതീർപ്പ് നടപടി

കുറ്റാരോപിതരായ വ്യക്തികൾക്ക് നിയമനടപടികളിൽനിന്ന് ഒഴിവാകാൻ സൗകര്യം നൽകുന്ന ഒത്തുതീർപ്പ് വ്യവസ്ഥകൾ ചരക്കുസേവനനിയമം അനുവദിക്കുന്നുണ്ട്. അതിനായി അതിലുൾപ്പെട്ട നികുതിത്തുകയും അനുബന്ധമായി അടയ്ക്കേണ്ടതായ തുകയും അല്ലെങ്കിൽ ഈ നിയമപ്രകാരം സർക്കാരിന് ലഭിക്കേണ്ടതോ നഷ്ടപ്പെട്ടതോ ആയ തുക പൂർണമായും അടച്ചിരിക്കണം. എന്നാൽ താഴെപ്പറയുന്ന തരത്തിലുള്ള കേസുകളിൽ ഈ സൗകര്യം അനുവദിക്കുന്നതല്ല.

1. ജാമ്യം ലഭിക്കാനിടയില്ലാത്തതായി സൂചിപ്പിച്ചിട്ടുള്ള കുറ്റം ആവർത്തിച്ച് ചെയ്യുക.
2. ഒരു കോടിക്കു മുകളിൽ വിലവരുന്ന സപ്ലൈയിൽ ഏതെങ്കിലുമൊരു ചരക്കുനികുതി നിയമപ്രകാരം ചെയ്ത തെറ്റ് ആവർത്തിക്കുക.
3. ഈ നിയമപ്രകാരം ചെയ്ത ഒരു തെറ്റ് മറ്റു നിയമപ്രകാരം കുറ്റമുള്ളതായിരിക്കുക.
4. ഈ നിയമപ്രകാരം ഒരു കോടതി ശിക്ഷിച്ചിട്ടുള്ള ആളായിരിക്കുക.
5. നിയമത്തിന്റെ വകുപ്പ് 132 (1)ൽ (g), (j), (k) എന്നീ ക്രമനമ്പറിൽ പറഞ്ഞിട്ടുള്ള കുറ്റം ചെയ്തതായി ആരോപിക്കപ്പെടുക. (മേൽ കൊടുത്തവയിൽ 7, 10, 11 എന്നീ ക്രമനമ്പറിലുള്ള കുറ്റങ്ങൾ)
6. മറ്റേതെങ്കിലും വിഭാഗത്തിൽപ്പെട്ടവരെപ്പറ്റി നൽകുന്ന വിവരണങ്ങളിൽപ്പെട്ടവർ.

ശിക്ഷാനടപടികൾ ആരംഭിക്കുന്നതിന് മുൻപോ അതിനു ശേഷമേ GST CPD-01 എന്ന ഫോറത്തിൽ കമ്മീഷണർക്ക് അപേക്ഷ

നൽകണം. വ്യവഹാരത്തിൽപ്പെട്ട തുക പൂർണമായും അടച്ചാൽ മാത്രമേ ഈ അപേക്ഷ സ്വീകരിക്കുകയുള്ളൂ.

കമ്മീഷണർ ആ വ്യക്തിയുടെ ബിസിനസ്സ് സ്ഥലത്തിന്റെ അധികാരമുള്ള ഉദ്യോഗസ്ഥനോട് ഇതിന്മേൽ റിപ്പോർട്ട് ആവശ്യപ്പെടുകയും അതേത്തുടർന്ന് വസ്തുതകൾ ശരിയായി വെളിപ്പെടുത്തിയതായി ബോധ്യപ്പെട്ടാൽ GST CPD-02 എന്ന ഫോറത്തിൽ ഒത്തുതീർപ്പ് പദ്ധതി സ്വീകരിക്കാൻ അനുവദിച്ചുകൊണ്ടുള്ള ഉത്തരവ് നൽകുകയും ചെയ്യുന്നു. അപേക്ഷ തൃപ്തികരമല്ലെന്നു തോന്നിയാൽ ആ വ്യക്തിയുടെ വിശദീകരണത്തിന് അവസരം നൽകിയ ശേഷം അപേക്ഷ നിരസിക്കാവുന്നതാണ്.

അപേക്ഷ തള്ളുകയോ കൊള്ളുകയോ ചെയ്യാനുള്ള തീരുമാനം അപേക്ഷ ലഭിച്ച് 90 ദിവസത്തിനകം കൈക്കൊള്ളേണ്ടതാണ്.

ഒത്തുതീർപ്പ് വ്യവസ്ഥ അംഗീകരിച്ച് ആവശ്യപ്പെടുന്ന തുക കുറഞ്ഞത് വ്യവഹാരത്തിലുൾപ്പെട്ട തുകയുടെ പകുതിയോ പതിനായിരം രൂപയോ ഏതാണ് കൂടുതൽ അതും കൂടിയത് മൊത്തം തുകയോ മുപ്പതിനായിരം രൂപയോ ഏതാണ് കൂടുതൽ അതും ആയിരിക്കും.

ഈ തുക ഉത്തരവായി 30 ദിവസത്തിനകം അടച്ചിരിക്കണം.

ഒത്തുതീർപ്പുത്തരവിറങ്ങിയതിനു ശേഷവും ഏതെങ്കിലും വസ്തുത ഒളിപ്പിച്ചതായി ബോധ്യപ്പെട്ടാൽ ഈ ഉത്തരവനുസരിച്ചുള്ള ആനുകൂല്യം പിൻവലിക്കാനുള്ള അധികാരം കമ്മീഷണറിൽ നിക്ഷിപ്തമായിരിക്കും. എന്നാൽ ഒത്തുതീർപ്പനുസരിച്ചുള്ള തുക അടച്ചുകഴിഞ്ഞാൽ ഈ കുറ്റങ്ങൾക്കുമേൽ പിന്നീട് യാതൊരു നടപടിയും സ്വീകരിക്കാൻ പാടുള്ളതല്ല.

റീഫണ്ടുകൾ

ചരക്കുസേവനനികുതി നിയമത്തിന്റെ 54-ാം വകുപ്പിലും ബന്ധപ്പെട്ട ചട്ടങ്ങളിലുമായി ഒരു വ്യക്തിക്ക് ലഭിക്കേണ്ടതായ റീഫണ്ട് സംബന്ധമായ കാര്യങ്ങൾ വിശദീകരിച്ചിരിക്കുന്നു.

ചരക്കുകളും സേവനങ്ങളും രാജ്യത്തിന് പുറത്തേക്ക് കയറ്റുമതി ചെയ്യുമ്പോഴുള്ള നികുതിയുടെ റീഫണ്ട്, ചരക്കുകളും സേവനങ്ങളും രാജ്യത്തിന് പുറത്തേക്ക് കയറ്റുമതി ചെയ്യുമ്പോൾ അവയിൽ ഉപയോഗിച്ചിരുന്ന ഇൻപുട്ട് അല്ലെങ്കിൽ ഇൻപുട്ട് സേവനങ്ങളുടെ നികുതിയുടെ റീഫണ്ട്, കയറ്റുമതിയായി കണക്കാക്കപ്പെടുന്ന ചരക്കുകളുടെ സപ്ലൈയിലുള്ള നികുതിയുടെ റീഫണ്ട്, ചില പ്രത്യേക സാഹചര്യങ്ങളിൽ ഉപയോഗിക്കപ്പെടാതെ വന്ന ഇൻപുട്ട് ടാക്സ് ക്രെഡിറ്റിന്റെ റീഫണ്ട് എന്നിവയാണ് റീഫണ്ടായി ലഭിക്കുന്നവ.

ഉപയോഗിക്കപ്പെടാതെ വന്ന ഇൻപുട്ട് ടാക്സ് ക്രെഡിറ്റ് റീഫണ്ടായി ലഭിക്കുന്നത് ഇനി പറയുന്ന സാഹചര്യങ്ങളിൽ മാത്രമാണ്.

1. പൂജ്യം നിരക്കിലുള്ള സപ്ലൈകൾ നികുതി അടയ്ക്കാതെ നടത്തുക.
2. ഇൻപുട്ട് നികുതി നിരക്ക് ഔട്ട്പുട്ട് നികുതി നിരക്കിനേക്കാൾ കൂടിയിരിക്കുന്നതുമൂലം ക്രെഡിറ്റ് സഞ്ചയിക്കപ്പെട്ട് വരിക.

കയറ്റുമതി ചെയ്യപ്പെട്ട ചരക്കുകൾക്ക് കയറ്റുമതി ചുങ്കം ബാധകമാണെങ്കിൽ അവയിലുൾപ്പെടുന്ന ഇൻപുട്ട് ടാക്സ് ക്രെഡിറ്റിൽ ഉപയോഗിക്കാതെ മിച്ചം വന്നവയ്ക്ക് റീഫണ്ട് ലഭ്യമല്ല. അതുപോലെ കസ്റ്റംസ് നിയമപ്രകാരം drawback ആനുകൂല്യം നേടുന്ന ചരക്കുകളുടെയും സേവനങ്ങളുടെയും സപ്ലൈയിലുൾപ്പെടുന്ന ഇൻപുട്ടുകളിലെ ക്രെഡിറ്റിനും റീഫണ്ട് ലഭ്യമല്ല.

റീഫണ്ടിനായുള്ള അപേക്ഷ നൽകാനുള്ള കാലാവധി നിശ്ചിത തീയതി മുതൽ രണ്ടു വർഷമാണ്. എന്നാൽ ഐക്യരാഷ്ട്രസഭയും അതുപോലെ നിയമത്തിൽ പറഞ്ഞിട്ടുള്ള സ്ഥാപനങ്ങളുടെയും കാര്യത്തിൽ സപ്ലൈ സ്വീകരിക്കുന്ന ദിവസമുൾപ്പെടുന്ന ത്രൈമാസാവസാന തിയതി മുതൽ ആറുമാസത്തിനകം അപേക്ഷ സമർപ്പിക്കേണ്ടതാണ്.

ക്യാഷ് ലഡ്ജറിൽ അധികമായി വരുന്ന തുകയുടെ റീഫണ്ടിനായി 39-ാം വകുപ്പ് പ്രകാരം സമർപ്പിക്കുന്ന റിട്ടേണിൽ തന്നെ ആവശ്യപ്പെടാവുന്നതാണ്.

വകുപ്പ് 54(4) പ്രകാരം റീഫണ്ടിനായുള്ള അപേക്ഷയോടൊപ്പം താഴെ പറയുന്ന പ്രമാണങ്ങൾ/രേഖകൾകൂടി സമർപ്പിക്കേണ്ടതാണ്.

1. റീഫണ്ടിന് അർഹതയുള്ളതായി തെളിയിക്കുന്ന രേഖകൾ/ പ്രമാണങ്ങൾ.
2. നികുതി അടച്ചതായി തെളിയിക്കുന്നതും ഒപ്പം ആ നികുതി, പലിശ തുടങ്ങിയവ മറ്റാരിൽനിന്നും പകരമായി ഏറ്റുവാങ്ങിയിട്ടില്ലെന്ന് തെളിയിക്കുന്നതുമായ രേഖകൾ.

എന്നാൽ രണ്ടുലക്ഷത്തിൽ താഴെയുള്ള തുകയുടെ റീഫണ്ട് ലഭിക്കുന്നതിന് ഇത്തരം രേഖകൾ അപേക്ഷയോടൊപ്പം സമർപ്പിക്കേണ്ടതില്ല. അതിന് പകരമായി ആ നികുതി ബാധ്യത മറ്റാർക്കും കൈമാറിയിട്ടില്ല എന്ന് സ്വയം സാക്ഷ്യപ്പെടുത്തുന്ന സത്യപ്രസ്താവന സമർപ്പിച്ചാൽ മതിയാവുന്നതാണ്.

അപേക്ഷ ലഭിച്ച് ആറുമാസത്തിനകം തൃപ്തികരമായ അപേക്ഷയിൽ റീഫണ്ട് അനുവദിച്ച് ഉത്തരവ് നൽകേണ്ടതാണ്. അർഹമായ അവസരങ്ങളിൽ അപേക്ഷകന് നേരിട്ടും അല്ലാത്ത സന്ദർഭങ്ങളിൽ വകുപ്പ് 57ൽ വിവരിക്കുന്ന (consumer welfare fund) ഉപഭോക്തൃ ക്ഷേമനിധിയിലേക്കും അടയ്ക്കുന്നതുമാണ്. അപേക്ഷന് നേരിട്ട് ലഭിക്കുന്ന സന്ദർഭങ്ങളെക്കുറിച്ച് വകുപ്പ് 54(8)ൽ വിശദമായി വെളിപ്പെടുത്തിയിട്ടുണ്ട്.

ആകസ്മിക നികുതിദായകർ/പ്രവാസി നികുതിദായകർ എന്നിവരുടെ കാര്യത്തിൽ 54(13)ൽ ഇത് സംബന്ധമായ നടപടിയെപ്പറ്റി സൂചിപ്പിച്ചിരിക്കുന്നു.

GST RFD-01 എന്ന ഫോറത്തിൽ അപേക്ഷ സമർപ്പിക്കണം. അപ്പോൾ GST RFD-02 എന്ന ഫോറത്തിൽ സ്വീകരിച്ചതിന്റെ രേഖ (Acknowledgement) കിട്ടുന്നു. അപേക്ഷയിൽ എന്തെങ്കിലും പോരായ്മകളുണ്ടെങ്കിൽ GST RFD-03ൽ അത് അറിയിക്കുന്നു. ശരിയായ അപേക്ഷയിൽ താത്കാലിക ഉത്തരവ് GST RFD-04 എന്ന ഫോറത്തിൽ നൽകുന്നു. തുക നൽകാനുള്ള നിർദ്ദേശം GST RFD-05ൽ നൽകും. GST RFD-06ൽ റീഫണ്ട് അനുവദിക്കുന്നതോ നിരസിക്കുന്നതോ ആയ അന്തിമ ഉത്തരവ് നൽകുന്നു.

അമിതലാഭ നിരോധനസംവിധാനം
(Anti-profiteering measures)

ചരക്ക് സേവനനികുതിനിയമത്തിന്റെ 171-ാം വകുപ്പ് പ്രകാരം ചരക്കുകളുടെയും സേവനങ്ങളുടെയും നികുതിനിരക്കിൽ അനുവദിക്കുന്ന കുറവുകളും ഇൻപുട്ട് ടാക്സ് ക്രെഡിറ്റ് ലഭിക്കുന്നതുമൂലമുള്ള നേട്ടങ്ങളും ഉപഭോക്താവിന് നൽകുന്ന സപ്ലൈയിലെ വിലയിൽ കുറവു വരുത്തിക്കൊണ്ട് കൈമാറേണ്ടതാണ്.

ഈ നിർദ്ദേശം ശരിയായവിധം പാലിക്കുന്നുണ്ടോ എന്നറിയുന്നതിനുവേണ്ടി ഒരു ഉന്നതതലസമിതിയെ രൂപീകരിക്കാനും നിർദ്ദേശിച്ചിട്ടുണ്ട്. ഇതു സംബന്ധമായ നടപടിക്രമങ്ങൾക്കായി പുറപ്പെടുവിച്ചിട്ടുള്ള കേന്ദ്ര ചരക്കുസേവന നികുതി ചട്ടങ്ങൾ 2017-ലെ ചട്ടങ്ങൾ 122 മുതൽ 137 വരെയുള്ളവ വ്യക്തമായ നിർദ്ദേശങ്ങൾ നൽകുന്നു. ഇതനുസരിച്ച് സംസ്ഥാനങ്ങൾക്കായി ഒരു സ്ക്രീനിംഗ് സമിതിയും കേന്ദ്രതലത്തിൽ ഒരു standing committeeയും ഉണ്ടാവണം.

ഈ വിഷയവുമായി ബന്ധപ്പെട്ട പരാതികൾ സംസ്ഥാനതലത്തിലുള്ള സ്ക്രീനിംഗ് കമ്മിറ്റികൾ പരിശോധിക്കുകയും തൃപ്തികരമെന്നു കണ്ടാൽ സ്റ്റാന്റിംഗ് കമ്മിറ്റിക്ക് അയച്ചുകൊടുക്കുകയും ചെയ്യും. സ്റ്റാന്റിംഗ് കമ്മിറ്റി ഈ പരാതിയിൽ കഴമ്പുണ്ടെന്ന് കണ്ടാൽ ആ പരാതി സേഫ് ഗാർഡ് ഡയറക്ടർ ജനറലിന് (Director General Safe Guard) അയച്ചുകൊടുക്കുകയും അദ്ദേഹം ബന്ധപ്പെട്ട രേഖകളൊക്കെ പരിശോധിപ്പിച്ച് മൂന്നുമാസത്തിനകം അദ്ദേഹത്തിന്റെ ശുപാർശ തിരികെ സ്റ്റാന്റിംഗ് കമ്മിറ്റിക്ക് നൽകുകയും ചെയ്യും.

അമിതലാഭനിരോധന അധികാരിക്ക് വേണ്ടിവന്നാൽ വീണ്ടും കൂടുതലായി പരിശോധന നടത്തുന്നതിനുവേണ്ടി ഈ ശുപാർശ

മടക്കി അയയ്ക്കാവുന്നതാണ്. അങ്ങനെ ലഭിക്കുന്ന റിപ്പോർട്ടിന്റെ അടിസ്ഥാനത്തിൽ ബന്ധപ്പെട്ട കക്ഷിക്ക്/കക്ഷികൾക്ക് വിശദീകരണം നൽകാനുള്ള അവസരം നൽകിയശേഷം മൂന്നുമാസത്തിനകം ഉചിതമായ ഉത്തരവ് പുറപ്പെടുവിക്കേണ്ടതാണ്. അതിൽ വില കുറയ്ക്കുവാനോ, വേണ്ടിവന്നാൽ രജിസ്ട്രേഷൻ അസാധുവാക്കുവാനോ പിഴ ചുമത്താനോ തീരുമാനിക്കാവുന്നതാണ്.

ഇലക്ട്രോണിക് വേ-ബിൽ
(E-Way Bill - വഴിച്ചീട്ട്)

ഓരോ സംസ്ഥാനത്തും വ്യത്യസ്തമായ നികുതി നിരക്കുകൾ നില നിന്ന അവസരത്തിൽ നികുതിവെട്ടിച്ച് അന്യസംസ്ഥാനങ്ങളിലേക്ക് ചരക്കുകൾ കടത്താനുള്ള സാധ്യതയുള്ളതിനാൽ അത് തടയു ന്നതിനുവേണ്ടി സംസ്ഥാനാതിർത്തികളും അത്യാവശ്യമെന്ന് തോന്നുന്ന മറ്റിടങ്ങളിലും ഓരോ സംസ്ഥാന സർക്കാരും ചെക്ക് പോസ്റ്റുകൾ സ്ഥാപിച്ചിരുന്നു. എന്നാൽ ഒരു രാജ്യം ഒരു നികുതി എന്ന അവസ്ഥ ഉണ്ടായപ്പോൾ ഇവയുടെ പ്രസക്തി ഇല്ലാതായി. എന്നിരുന്നാലും നികുതി വെട്ടിക്കുന്നത് കണ്ടുപിടിക്കാനുള്ള ഈ സമ്പ്രദായത്തിന് പകരമായി ഇവയുടെ ഗമനാഗമനവേളകളിൽ ലളിതമായ രീതിയിലുള്ള പരിശോധന നടത്തേണ്ടത് അനിവാര്യ മായി തോന്നിയതിനാൽ അതിനുവേണ്ടി ആവിഷ്കരിച്ച പകരം സംവിധാനമാണ് ഇ-വേ ബിൽ (വഴിച്ചീട്ട്) പദ്ധതി.

ഇതനുസരിച്ച് നികുതിവിധേയമായ ചരക്കുകളുടെ മൂല്യം 50,000/- രൂപ കടന്നാൽ അവ കൊണ്ടുപോകുന്ന വാഹനങ്ങളിൽ സൂക്ഷി ക്കാൻ തയ്യാറാക്കി കരുതേണ്ടുന്ന വഴിച്ചീട്ടാണ് ഇ-വേ ബിൽ. എന്നാൽ 50,000 രൂപയിൽ കൂടുതൽ മൊത്തം വിലവരുന്ന ഒന്നി ലധികം വ്യക്തികളുടെ ചരക്കുകൾ കൊണ്ടുപോകുന്ന വാഹനത്തിൽ ഓരോന്നും 50,000 രൂപയിൽ താഴെയാണെങ്കിൽ ആ വാഹനത്തിന് ഇ-വേ ബിൽ കരുതേണ്ട ആവശ്യമില്ല. ഓരോ വ്യക്തികളുടെയും ചരക്കുകളുടെ കൂട്ടത്തിൽ നികുതിവിധേയമായതും അല്ലാത്തതും ഉൾപ്പെട്ടിട്ടുണ്ടെങ്കിൽ നികുതിവിധേയമായവയുടെ മൂല്യം മാത്രമേ പരിഗണിക്കേണ്ടതുള്ളൂ.

ഇ-വേ ബില്ലിന് രണ്ടു ഭാഗങ്ങളുണ്ട്. ഭാഗം എയിൽ സ്വീകർത്താ വിന്റെ GST നമ്പർ, ചരക്കുകൾ കൈമാറേണ്ട വിലാസം (പിൻകോഡ് ഉൾപ്പെടെ), ഇൻവോയ്സ്/ചലാൻ നമ്പറും തിയതിയും, മൂല്യം, HSN

കോഡ്, വാഹനത്തിലുള്ള സ്വീകരിച്ച നമ്പർ, കൊണ്ടുപോകുന്നതിന്റെ ഉദ്ദേശ്യം എന്നിവ ഉണ്ടായിരിക്കണം. ഭാഗം ബിയിൽ വാഹനത്തിന്റെ നമ്പർ ഉൾപ്പെടെയുള്ള വിശദവിവരങ്ങളാണ് നൽകേണ്ടത്.

GSTNന്റെ E-Way Bill പോർട്ടലിലാണ് ഇ-വേബിൽ തയ്യാറാക്കേണ്ടത്. ഇത് ചരക്കുകൾ കൊണ്ടുപോകുന്ന വാഹനം യാത്ര തുടങ്ങുന്നതിന് മുമ്പായി തയ്യാറായിരിക്കണം. ഓരോ 100 KM ദൂരവും യാത്ര ചെയ്യുന്നതിന് ഒരു ദിവസം എന്ന രീതിയിൽ E-Way Bill പ്രയോജനപ്പെടുത്താവുന്നതാണ്.

ചരക്കുകൾ കൈമാറ്റം ചെയ്യുന്ന രജിസ്റ്റേർഡ് വ്യക്തിക്കാണ് E-Way Bill തയ്യാറാക്കി വാഹനത്തോടൊപ്പം കൊണ്ടുപോകുന്നതിനുള്ള ഏർപ്പാടുണ്ടാക്കാനുള്ള പ്രാഥമികമായ ബാധ്യതയുള്ളത്. എന്നാൽ സ്വീകർത്താവ് രജിസ്ട്രേഷൻ ഉള്ള ആളാണെങ്കിൽ ആ വ്യക്തിക്കും E-Way Bill തയ്യാറാക്കാവുന്നതാണ്. കൂടാതെ സപ്ലൈയറും സ്വീകർത്താവും നൽകുന്ന വിവരത്തിന്റെ അടിസ്ഥാനത്തിൽ ചരക്ക് കൊണ്ടുപോകുന്ന വാഹനത്തിന്റെ ചുമതലക്കാരനും E-Way Bill തയ്യാറാക്കാൻ കഴിയും. ഇങ്ങനെ തയ്യാറാക്കുന്ന E-Way Bill കളുടെ സമ്പൂർണമായിട്ടുള്ള ഒരു E-Way Bill കൂടി അയാൾ തയ്യാറാക്കി കരുതിയിട്ടുണ്ടാവണം. ഇ-കോമേഴ്സ് ഓപ്പറേറ്റർമാർക്കും ഇ-വേ ബിൽ തയ്യാറാക്കാവുന്നതാണ്.

50,000 രൂപയുടെ കുറഞ്ഞ പരിധി ബാധകമല്ലാത്ത ചില സന്ദർഭങ്ങളുമുണ്ട്. ഒരു സംസ്ഥാനത്തുനിന്നും ജോബ് വർക്കിനായി മറ്റൊരു സംസ്ഥാനത്തേക്ക് അയയ്ക്കുമ്പോഴും കേന്ദ്രനികുതിയുടെ നോട്ടിഫിക്കേഷൻ 32/2017ൽ പറയുന്ന കരകൗശലവസ്തുക്കൾ ഒരു സംസ്ഥാനത്തുനിന്നും മറ്റൊരു സംസ്ഥാനത്തേക്ക് കൊണ്ടുപോകുമ്പോഴും ഈ പരിധി ബാധകമാവുന്നില്ല.

ചരക്കുകൾ E-Way Bill കളോടൊപ്പം കൊണ്ടുപോകുന്ന വാഹനങ്ങൾ വഴിമധ്യേ പരിശോധന നടത്തുന്ന സാഹചര്യത്തിൽ പരിശോധന മുപ്പതു മിനിറ്റിൽ കൂടുകയാണെങ്കിൽ GST EWB-04 എന്ന ഫോറത്തിൽ ആ വിവരം വാഹനത്തിന്റെ ചുമതലക്കാരന് കോമൺപോർട്ടിൽ അപ്‌ലോഡ് ചെയ്യാവുന്നതാണ്.

പരിശോധന നടത്തുന്ന ഉദ്യോഗസ്ഥന്മാർ GST EWB-03 എന്ന ഫോറത്തിന്റെ ഭാഗം എയിൽ 24 മണിക്കൂറിനകം പ്രാഥമിക റിപ്പോർട്ട് രേഖപ്പെടുത്തുകയും മൂന്നു ദിവസത്തിനകം ഭാഗം ബിയിൽ അന്തിമ റിപ്പോർട്ട് രേഖപ്പെടുത്തുകയും ചെയ്യേണ്ടതാണ്.

ജി.എസ്.ടി. പ്രാക്ടീഷണർമാർ

ചരക്കു സേവന നികുതി നിയമത്തിന്റെ 48-ാം വകുപ്പുപ്രകാരം യോഗ്യരായവരെ GST പ്രാക്ടീഷണർമാരായി അംഗീകരിക്കാവുന്നതാണ്. ഇതു സംബന്ധമായുള്ള ചട്ടങ്ങളുടെ 83ഉം 84ഉം ചട്ടങ്ങൾ GST പ്രാക്ടീഷണർ ആകാനുള്ള യോഗ്യതയും അവരുടെ കടമകളും വ്യക്തമാക്കിയിട്ടുണ്ട്.

സ്വബോധമുള്ളയാളും കോടതികൾ ശിക്ഷിച്ചിട്ടില്ലാത്തതും മറ്റു തരത്തിൽ വ്യാവഹാരികമായി വിധിക്കപ്പെട്ടിട്ടില്ലാത്തതുമായ ഭാരതീയ പൗരന്മാരിൽ താഴെപ്പറയുന്ന ഏതെങ്കിലും യോഗ്യതയുള്ളവർക്ക് GST പ്രാക്ടീഷണറാകുന്നതാണ്.

1. ഗ്രൂപ്പ് ബി ഗസറ്റഡ് ഉദ്യോഗത്തിൽ രണ്ടു വർഷത്തിൽ കുറയാതെ സേവനം ചെയ്തിട്ടുള്ള കേന്ദ്ര പരോക്ഷനികുതി ബോർഡിനു കീഴിൽ നിന്നോ സംസ്ഥാന വാണിജ്യനികുതി വകുപ്പിൽ നിന്നോ പെൻഷൻ ആവുക.
2. നിലവിലുള്ള നിയമപ്രകാരം 5 വർഷത്തിൽ കുറയാതെ വില്പന നികുതി പ്രാക്ടീഷണർ അഥവാ നികുതി റിട്ടേൺ തയ്യാറാക്കുന്ന ആൾ ആയിരിക്കുക.
3. കോമേഴ്സ്, നിയമം, ബാങ്കിംഗ് (Higher audit ഉൾപ്പെടെ), ബിസിനസ് അഡ്മിനിസ്ട്രേഷൻ, ബിസിനസ് മാനേജ്മെന്റ് എന്നിവയിൽ നിലവിലുള്ള നിയമപ്രകാരം സ്ഥാപിതമായ ഒരു ഭാരതീയ സർവ്വകലാശാലയിൽനിന്നും ഉള്ള ബിരുദമോ ബിരുദാനന്തരബിരുദമോ തത്തുല്യയോഗ്യതയോ ഉണ്ടായിരിക്കുക.
4. മേൽസൂചിപ്പിച്ചതിന് സമാനമായ ഒരു യോഗ്യത ഇന്ത്യൻ സർവ്വകലാശാല അംഗീകരിച്ച ഏതെങ്കിലും വിദേശ സർവ്വകലാശാലയിൽനിന്നും നേടിയിരിക്കുക.

5. GST കൗൺസിലിന്റെ ശുപാർശപ്രകാരം ഈ ആവശ്യത്തിലേക്കായി സർക്കാർ നോട്ടിഫൈ ചെയ്തിട്ടുള്ള മറ്റേതെങ്കിലും പരീക്ഷ പാസ്സായിരിക്കുക.
6. ഏതെങ്കിലും ഭാരതീയ സർവ്വകലാശാല അംഗീകരിച്ച ഭാരതത്തിലെയോ വിദേശത്തെയോ സർവ്വകലാശാലകൾ നടത്തുന്ന മറ്റു പരീക്ഷ പാസ്സായിരിക്കുക.
7. ഭാരതീയ ചാർട്ടേർഡ് അക്കൗണ്ടന്റ്സ്, കോസ്റ്റ് അക്കൗണ്ടന്റ്സ്, കമ്പനി സെക്രട്ടറിമാർ എന്നീ സ്ഥാപനങ്ങളുടെ അവസാന പരീക്ഷ പാസ്സായിരിക്കുക.

GST പ്രാക്ടീഷണറാകാൻ ആഗ്രഹിക്കുന്ന ആൾ GST PCT-1 എന്ന ഫോറത്തിലുള്ള അപേക്ഷയാണ് നൽകേണ്ടത്. സൂക്ഷ്മപരിശോധനയ്ക്കുശേഷം GST PCT-2 എന്ന ഫോറത്തിലാണ് GST പ്രാക്ടീഷണർ സർട്ടിഫിക്കറ്റ് നൽകുന്നത്. അങ്ങനെ ലഭിക്കുന്ന സർട്ടിഫിക്കറ്റ് റദ്ദാക്കപ്പെടുന്ന കാലം വരെ ഉപയോഗിക്കാവുന്നതാണ്.

നിലവിലുണ്ടായിരുന്ന നിയമപ്രകാരം Salestax Practitioner ആയോ അല്ലെങ്കിൽ റിട്ടേൺ തയ്യാറാക്കുന്നതിനായി അംഗീകരിക്കപ്പെടുകയോ ചെയ്തിട്ടുള്ളവർ പുതിയ നിയമപ്രകാരം ഉള്ള യോഗ്യത നേടിയിട്ടില്ലെങ്കിൽ ഒരു വർഷക്കാലം മാത്രമേ GST പ്രാക്ടീഷണറായി തുടരാൻ കഴിയുകയുള്ളൂ. ആ ഒരു വർഷത്തിനകം പുതിയ നിയമപ്രകാരമുള്ള യോഗ്യത നേടിയിരിക്കേണ്ടതാണ്.

കേന്ദ്രപരോക്ഷ നികുതി ബോർഡിന്റെ കീഴിലുള്ള ബന്ധപ്പെട്ട അസിസ്റ്റന്റ്/ഡെപ്യൂട്ടി കമ്മീഷണർമാരാണ് GST പ്രാക്ടീഷണർമാരുടെ അപേക്ഷയുടെ അടിസ്ഥാനത്തിൽ അംഗീകരിക്കുന്നത്.

അപേക്ഷകന് കേന്ദ്രസർക്കാരിലെ ഉദ്യോഗസ്ഥരാണോ സംസ്ഥാന സർക്കാരിലെ ഉദ്യോഗസ്ഥരാണോ തന്റെ അപേക്ഷ പരിഗണിക്കേണ്ടത് എന്ന് തെരഞ്ഞെടുക്കാനുള്ള സ്വാതന്ത്ര്യം ഉണ്ട്. ഇതിനായി സമർപ്പിക്കേണ്ട ഫോറം GST PCT-1ന്റെ ഭാഗം ബിയിൽ ഒന്നാമത്തെ ഇനമായി കാണിച്ചിട്ടുള്ളിടത്ത് രേഖപ്പെടുത്താവുന്നതാണ്.

GST പ്രാക്ടീഷണറുടെ സേവനം ആവശ്യമുള്ളവർ ഇതിനായുള്ള GST PCT-5 എന്ന ഫോറത്തിൽ ഏതെല്ലാം സേവനങ്ങളാണ്

അദ്ദേഹത്തിൽ നിന്നും ആവശ്യമായത് എന്ന് സൂചിപ്പിച്ചുകൊണ്ട് ചുമതലപ്പെടുത്താവുന്നതാണ്. അങ്ങനെ സൂചിപ്പിച്ചിട്ടുള്ളവ മാത്രമേ ആ നികുതിദായകനുവേണ്ടി പ്രസ്തുത GST പ്രാക്ടീഷണർക്കു ചെയ്യാൻ പറ്റുകയുള്ളൂ. ഇത്തരത്തിൽ നൽകുന്ന ചുമതല പിൻവലിക്കുവാനും ഇതേ ഫോറം തന്നെയാണ് പ്രയോജനപ്പെടുത്തേണ്ടത്.

GST പ്രാക്ടീഷണർക്ക് ചെയ്യാൻ അനുവദിച്ചിട്ടുള്ള പ്രവൃത്തികൾ ഇനി പറയുന്നവയാണ്.

1. പുറത്തോട്ടു നൽകിയതും അകത്തേക്ക് സ്വീകരിച്ചതുമായ സപ്ലൈകളുടെ വിവരങ്ങൾ നൽകുക.
2. എല്ലാവിധ റിട്ടേണുകളും സമർപ്പിക്കുക.
3. പണം നിക്ഷേപിക്കുകയും അത് ഇലക്ട്രോണിക് ക്യാഷ് ലഡ്ജറിൽ ക്രെഡിറ്റ് ചെയ്യുകയും ചെയ്യുക.
4. റീഫണ്ടിന്റെ അപേക്ഷ നൽകുക.
5. രജിസ്ട്രേഷൻ റദ്ദാക്കാനോ ഭേദഗതി ചെയ്യാനോ അപേക്ഷ നൽകുക.

എന്നാൽ അവസാനം സൂചിപ്പിച്ച രണ്ടു സന്ദർഭങ്ങളിലും രജിസ്റ്റേർഡ് വ്യക്തിയിൽനിന്നും ഇതു സംബന്ധമായ സമ്മതം ഉറപ്പായാൽ മാത്രമേ നടപടിയെടുക്കാൻ കഴിയുകയുള്ളൂ.

ഇത് കൂടാതെ നികുതിദായകർക്ക് വേണ്ടി അപ്പീൽ അധികാരികളുൾപ്പെടെ ഏത് അധികാരിയുടെയും മുൻപിൽ നികുതിദായകന്റെ പ്രതിനിധിയായി ഹാജരാകാവുന്നതാണ്.

GST പ്രാക്ടീഷണർ നൽകുന്ന വിവരങ്ങളുടെ പൂർണമായ ഉത്തരവാദിത്വം ചുമതലപ്പെടുത്തുന്ന നികുതിദായകനായിരിക്കും. അയാൾ നൽകുന്ന വിവരങ്ങൾ GSTയുടെ കോമൺപോർട്ടലിൽ ലഭ്യമായിരിക്കും. അവ ശരിയാണോ എന്ന് E-mail, SMS എന്നിവയിലൂടെ രജിസ്റ്റേർഡ് വ്യക്തിയോട് ആരായുന്നതായിരിക്കും. ■